कृषी प्रकल्प

अनिल महादार

सकाळ प्रकाशन

सकाळ प्रकाशन

Krushi Prakalp
© Anil Mahadar

कृषी प्रकल्प
अनिल महादार

प्रथम आवृत्ती : जानेवारी २०२०

मुखपृष्ठ : जावेद मुजावर

मुद्रितशोधन व मांडणी : अश्विनी महाजन

प्रकाशक : सकाळ मीडिया प्रा. लि.
५९५, बुधवार पेठ,
पुणे ४११ ००२

ISBN : 978-93-89834-08-6

संपर्क : ०२०-२४४० ५६७८ / ८८८८८ ४९०५०
sakalprakashan@esakal.com

माझे वडील कै. शंकरराव ज्ञानदेव महादार
व
माझी आई कै. शेवंताबाई शंकरराव महादार
यांना सादर अर्पण

मनोगत

पूर्वापार कृषीप्रधान असलेल्या आपल्या महाराष्ट्रामध्ये शेतीला आधुनिकतेची जोड देण्यामध्येही शेतकऱ्यांनी आघाडी घेतली आहे. आधुनिक शेतीला जोड किंवा पूरक उद्योग, व्यवसाय करण्याकडेही शेतकऱ्यांचा कल आहे. या व्यवसायामध्ये पारंपरिक दुग्धव्यवसाय, पोल्ट्री या व्यवसायासह मत्स्यपालन, रेशीम उद्योग, मधुमक्षिका पालन, गांडूळखत प्रकल्प अनेक नवे व्यवसाय पुढे येत आहेत. आधुनिक शेतीमध्ये संरक्षित शेतीचा हरितगृह प्रकल्पही सर्वदूर राज्यांमध्ये होताना दिसत आहेत. प्रत्येक व्यवसायामध्ये कुशल मनुष्यबळाची उपलब्धता ही समस्या काही प्रमाणात जाणवत असली तरी यांत्रिकीकरणाद्वारे त्यावर मात केली जात आहे. याप्रमाणेच कृषीमाल निर्यात, फळ प्रक्रिया, दुग्ध प्रक्रिया यामध्येही नवीन संधी मोठ्या प्रमाणात निर्माण होत आहेत.

कोणत्याही प्रकल्पाच्या उभारणीसाठी त्याच्या तांत्रिक माहिती - अनुभवासह भांडवलाची आवश्यकता असते. भांडवलाच्या उभारणीचे बँका व वित्तीय संस्था असे अनेक विविध पर्याय उपलब्ध आहेत. मात्र, त्यांच्याकडे भांडवलाची मागणी करण्यासाठी योग्य प्रकारच्या प्रकल्प अहवालाची गरज भासते. प्रकल्पाविषयी सर्व तांत्रिक व आर्थिक बाबींचा परामर्श या अहवालामध्ये द्यावा लागतो. प्रकल्प अहवाल हा तांत्रिकदृष्ट्या सक्षम आणि आर्थिकदृष्ट्या सबल असणे गरजेचे असते. कोणत्याही मोठ्या प्रकल्पाच्या उभारणीसाठी प्रकल्प अहवाल हेच पहिले पाऊल ठरते. त्यामुळे प्रकल्प अहवालास अनन्यसाधारण महत्त्व आहे.

प्रकल्प अहवालानुसार जे प्रकल्प तांत्रिकदृष्ट्या सक्षम व आर्थिकदृष्ट्या सबल आहेत, अशा प्रकल्पांना बँक व अन्य वित्तीय संस्था अर्थसाहाय्य करण्यास प्राधान्य देतात. सर्वसामान्य शेतकऱ्यांना कृषी व कृषीपूरक व्यवसायासाठी प्रकल्प अहवाल कसा तयार करावा, त्यामध्ये कोणत्या तांत्रिक बाबींचा समावेश होतो, आर्थिक बाबीमध्ये खर्च व उत्पन्न यांचा ताळेबंद कसा मांडायचा, कर्जाची मुदत, कर्ज रक्कम, व्याज दर, कर्जाची परतफेड याची सविस्तर माहिती या पुस्तकांमध्ये देण्यात आली आहे.

मी स्वतः बँक ऑफ इंडियामध्ये ३० वर्षे कृषी विभागात काम केले आहे. बँका व विविध वित्तीय संस्था यांना सादर करावयाचे प्रकल्प अहवाल कसे असावेत, हे उत्तम प्रकारे ज्ञात आहे. बँकेकडे येणाऱ्या विविध कृषी व कृषीपूरक व्यवसायाच्या नेमक्या यशाचे प्रमाणही माहिती आहे. एपीजी लर्निंग सेंटर येथे कृषीविषयक अभ्यागत व्याख्याता म्हणून शेतकरी व उदयोन्मुख उद्योजक यांना मार्गदर्शन करतेवेळी प्रकल्प

अहवालाबाबत एका पुस्तकाची गरज असल्याचे स्पष्ट झाले. अशी नमुना प्रकल्प असलेली एक पुस्तिका प्रकाशित करण्याची कल्पना प्रथम एपीजी लर्निंग सेंटरचे श्री. अमोल बिरारी यांच्याशी चर्चेत पुढे आली. 'सकाळ प्रकाशन' विभागाचे सरव्यवस्थापक आशुतोष रामगीर यांनीही ती कल्पना उचलून धरली व पुढील सर्व प्रक्रियेसाठी महत्त्वाचे मार्गदर्शन केले. त्यांचे मनापासून आभार. पुस्तकावर संपादकीय संस्कार करणारे सतीश कुलकर्णी, पुस्तकाची मांडणी करणाऱ्या अश्विनी महाजन, मुखपृष्ठकार जावेद मुजावर या सर्वांच्या सहकार्याबद्दल मनापासून आभार.

या पुस्तकाच्या निर्मितीत माझ्या कुटुंबीयांचा मोलाचा वाटा आहे. माझी पत्नी सौ. सुरेखा, मोठा मुलगा रोहन, सून राशी आणि मुलगा ओंकार यांचे मानसिक पाठबळ, प्रोत्साहन व प्रेम यामुळेच हे पुस्तक मी पूर्ण करू शकलो.

अनिल महादार

अनुक्रमणिका

- कृषि प्रकल्प ९
- रिझर्व बँक ऑफ इंडिया १६
- कुक्कुटपालन १९
  - अ) कुक्कुटपालन (अंड्यांसाठी) २२
  - ब) कुक्कुटपालन (मांसासाठी) : करार पद्धत ३१
  - क) कुक्कुटपालन (मांसासाठी) ३७
- दुग्ध व्यवसाय ४१
  - अ) संकरित गाय प्रकल्प ४१
  - ब) देशी गाय प्रकल्प ४९
  - क) म्हैसपालन प्रकल्प ५४
- शेळीपालन प्रकल्प ६०
- कृषी पर्यटन ६९
- गांडूळ खत प्रकल्प ७९
- गोड्या पाण्यातील मत्स्यपालन ८५
- हरितगृह (पॉलीहाउस) ९१
- प्रकल्पासोबत बँकेस सादर करावयाची कागदपत्रे ९८

कृषी प्रकल्प

'कृषी' यात शेती विषयातील सर्व बाबींचा समावेश होतो. सर्व पिके, तृणधान्ये, कडधान्ये, भाजीपाला, फलोद्यान, औषधी वनस्पती, जंगली वनस्पती, फुलझाडे, ऊस, कापूस, चहा, रबर, कॉफी लागवड या सर्वांचा समावेश तसेच कृषीवर आधारित व कृषीसंलग्न व्यवसाय, कुक्कुटपालन, शेळी-मेंढी पालन, मत्स्य पालन, मधुमक्षिका पालन तसेच विविध ग्रामीण रोजगार-उद्योग यांचा एकत्रित समावेश होतो.

कृषीवर आधारित व कृषीसंलग्न व्यवसाय सुरू करावयाचा असल्यास आवश्यक असते भांडवलाची! आणि हे भांडवल पुरवतात बँका तसेच विविध वित्तीय संस्था. अशा प्रकारचे व्यवसाय सुरू करण्यासाठी ज्या वेळी बँकेकडे जातो त्या वेळी बँक आपल्याकडे प्रकल्प अहवाल मागते. बँकेकडे जाताना उद्योजकाच्या मनात अनेक प्रश्न असतात. उदाहरणार्थ, कोणती बँक आपल्याला कर्ज देईल, बँकेची निवड कशी करायची, बँक किती कर्ज देणार, व्याजाचा दर काय असेल, कर्जास काय तारण द्यावे लागणार, कर्जाची परतफेड कशी करायची, या व्यवसायासाठी शासकीय योजना आहेत का व त्यास अनुदान आहे का ? या सर्वांसाठी प्रकल्प अहवाल बँकेकडे सादर करणे आवश्यक असते. प्रकल्प अहवालामध्ये या सर्व प्रश्नांची उत्तरे आपोआपच मिळतात. या सर्व बाबींचा सारासार विचार प्रकल्प अहवालात केलेला असतो.

प्रकल्प अहवाल

प्रकल्प अहवाल म्हणजे जो व्यवसाय करावयाचा आहे त्याचा सर्वंकश चित्र दाखवणारा दस्तऐवज. या अहवालामध्ये संभावित व्यवसायाचा आराखडा मांडलेला असतो. या लिखित दस्तऐवजामध्ये प्रकल्पाच्या तांत्रिक व आर्थिक बाबींचा समावेश असतो. तसेच प्रकल्पाच्या व्यवस्थापनाच्या सर्व बाबींचाही समावेश असतो.

प्रकल्प अहवाल : तीन बाबी

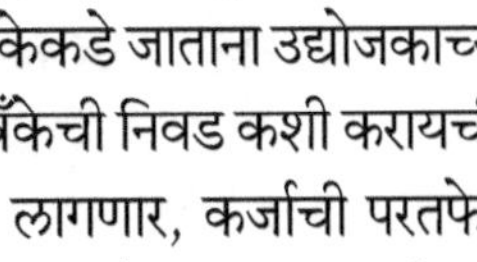

प्रकल्प अहवालात सर्व तांत्रिक बाबी, आर्थिक बाबी व व्यवस्थापनाच्या बाबी यांचा समावेश असतो. त्यामुळे व्यवसाय करणाऱ्या व्यक्तीला प्रकल्पाची संपूर्ण कल्पना येते. बँकेकडून कर्ज मिळवणे सोपे होते.

प्रकल्पामध्ये प्रकल्पाची जागा, प्रकल्पास लागणारी बिल्डिंग वा शेड, यांत्रिक सामग्री, प्रकल्पानुसार खरेदी करावयाच्या बाबी (उदाहरणार्थ, गाई / म्हैस - दुग्ध व्यवसायासाठी, कोंबडीची एक दिवसाची पिल्ले, किंवा

अंडी देण्यास तयार पिल्ले (Pullet) - कुक्कुटपालन व्यवसायासाठी), वर्षासाठी लागणारे खेळते भांडवल, व्यवसायातून मिळणारे उत्पन्न, व्यवसायातून होणारा नफा, खर्च व उत्पन्न यांचे गुणोत्तर, बँकेच्या कर्जाच्या परतफेडीचे तपशील यांचा समावेश असतो.

तांत्रिक व्यवहार्यता आणि आर्थिक सबलता
(Technical Feasibility and Financial Viability)

- **तांत्रिक व्यवहार्यता :** प्रकल्प तांत्रिकदृष्ट्या योग्य आहे, हे प्रकल्पाच्या सर्व तांत्रिक बाबींची जी माहिती प्रकल्पामध्ये दिली आहे, त्याची शहानिशा करून ठरवले जाते. हे ठरवताना तांत्रिक बाबींविषयी जोडलेल्या कागदपत्रांचीही तपासणी करून बँक, सादर झालेला प्रकल्प हा तांत्रिकदृष्ट्या व्यवहार्य आहे की नाही, हे ठरवते.
- **आर्थिक सबलता :** प्रकल्प हा आर्थिकदृष्ट्या सबल आहे का, हे पाहण्यासाठी प्रकल्पाचा खर्च व उत्पन्न यांचा ताळेबंद तसेच उत्पन्न व खर्च याचे गुणोत्तर (BC Ratio) व परतीचा अंतर्गत दर (IRR - Internal Rate of Return) यावरून प्रकल्पाची आर्थिक सबलता पाहिली जाते.

उत्पन्न व खर्च याचे गुणोत्तर (BC Ratio)

याचे सूत्र पुढीलप्रमाणे :

$$\text{BC Ratio (BCR)} = \frac{\text{Discounted Value of Incremental Income}}{\text{Discounted Value of Incremental Costs}}$$

$$\text{उत्पन्न खर्च गुणोत्तर} = \frac{\text{वाढीव उत्पन्नाचे सवलत मूल्य}}{\text{अतिरिक्त खर्चाचे सवलत मूल्य}}$$

प्रकल्पाप्रमाणे उत्पन्न व खर्च यांचे गुणोत्तर हे १.० पेक्षा जास्त असेल, तर याचा अर्थ प्रकल्पाद्वारे मिळणारे उत्पन्न हे खर्चापेक्षा जास्त आहे. म्हणजेच हा प्रकल्प आर्थिकदृष्ट्या सबल आहे, असे गृहीत धरले जाते.

उत्पन्न व खर्च यांचे गुणोत्तर हे १ पेक्षा जास्त असणे आवश्यक आहे. हे गुणोत्तर ज्या वेळी १:१ असते त्या वेळी खर्च व उत्पन्न हे सारखेच असते. त्यामुळे सदर प्रकल्प आर्थिकदृष्ट्या योग्य होत नाही, कारण यात नफा होत नाही. खर्चापेक्षा उत्पन्न जास्त असले पाहिजे; म्हणजेच गुणोत्तर १ पेक्षा जास्त असावे लागते.

कृषि प्रकल्पामध्ये हे गुणोत्तर काढताना १५% सवलत / सूट घटकनुसार खर्च व उत्पन्न यांचे मूल्य काढून काढले जाते. भारतासारख्या विकसनशील देशासाठी १५% सवलत घटक हा मानदंड ठरवला आहे. त्यामुळे खर्च व उत्पन्न यांचे गुणोत्तर काढताना १५% सवलत घटकाने खर्च व उत्पन्न यांचे आजचे मूल्य काढले जाते व त्या नुसार खर्च व उत्पन्न यांचे गुणोत्तर काढले जाते.

उत्पन्न व खर्च यांचे गुणोत्तर काय दर्शवते ?

१. उत्पन्न व खर्च यांच्या गुणोत्तरामुळे सापेक्ष खर्च व अपेक्षित उत्पन्न यांचा संबंध स्पष्ट होतो.

२. प्रकल्पामध्ये उत्पन्न व खर्च यांचे गुणोत्तर हे १.०० पेक्षा जास्त असते तेव्हा प्रकल्पामधून गुंतवलेल्या रकमेमधून फायदा होऊ शकतो.
३. प्रकल्पामध्ये उत्पन्न व खर्च यांचे गुणोत्तर हे १.०० पेक्षा कमी असते तेव्हा प्रकल्पामधून गुंतवलेल्या रकमेमधून फायदा होऊ शकत नाही. त्यामुळे सादर प्रकल्पासाठी कर्जपुरवठा होऊ शकत नाही.
४. काही वेळेला उत्पन्न व खर्च यांचे गुणोत्तर हे १.०० पेक्षा जास्त किंवा १.०० पेक्षा कमी असल्याने प्रकल्पाचे खरे चित्र स्पष्ट होऊ शकत नाही. त्यामुळे इतर उदाहरणार्थ, आयआरआरसारखे गुणोत्तर तपासावे लागतात.

उत्पन्न व खर्च यांचे गुणोत्तर

वर्ष	१	२ ते ६	रुपये
खर्च (रुपये)	९,४०,०००	९०,०००	
सूट घटक (D/F) १५%	०.८६९६	२.९१४९	
सूट खर्च (रुपये)	८,१७,४२४	२,६२,३४१	१०,७९,७६५
उत्पन्न (रुपये)	३,४०,०००	४,०८,०००	
सूट घटक (D/F) १५%	०.८६९६	२.९१४९	
सूट उत्पन्न (रुपये)	२,९५,६६४	११,८९,२७९	१४,८४,९४३
निव्वळ मूल्य (NPW) (रुपये)			४,०५,१७८
उत्पन्न व खर्च यांचे गुणोत्तर	१.३७:१		

वरील उदाहरणामध्ये १ ते ६ वर्षांचे अपेक्षित खर्च व उत्पन्न दिले आहे. या खर्च व उत्पन्न यांचे १५% सवलत/सूट दराने अपेक्षित मूल्यही काढले आहे. एकूण सवलत/सूट खर्च – एकूण सवलत/सूट उत्पन्न = निव्वळ मूल्य आले आहे. हे निव्वळ मूल्य अधिक (Plus) आहे, याचा अर्थ प्रकल्पातून मिळणारे अपेक्षित उत्पन्न हे प्रकल्पात होणाऱ्याअपेक्षित खर्चापेक्षा जास्त आहे. यानुसार उत्पन्न व खर्च यांचे गुणोत्तर आले आहे ते १.३७:१

परतीचा अंतर्गत दर (IRR - Internal Rate of Return)

याचा अर्थ प्रकल्पात केलेल्या गुंतवणुकीपासून किती परतावा अपेक्षित आहे ते पाहणे. हा शेकडा प्रमाणात दाखवला जातो. आयआरआर यालाच प्रभावी व्याज दर असेहो म्हणतात. जेवढा आयआरआर जास्त तेवढा प्रकल्प चांगला आहे, असे ठरवले जाते. याचे सूत्र पुढीलप्रमाणे :

$$IRR = R1 + \frac{NPV1}{(NPV1 - NPV2)} \times (R2 - R1)$$

R1, R2 =Selected Discount Factor

NPV1 = Higher Net Present Value   NPV2 = Lower Net Present Value

$$\text{आयआरआर} = \text{अ} + \frac{\text{जास्तीचे आजचे निव्वळ मूल्य}}{(\text{जास्तीचे आजचे निव्वळ मूल्य} - \text{कमीचे आजचे निव्वळ मूल्य})} \times \text{ब - अ}$$

कमाल सवलत घटक : ब; किमान सवलत घटक : अ

परतीचा अंतर्गत दर हा प्रकल्पातून किती वाढ अपेक्षित आहे, याचे चित्र दाखवतो. तसेच यामुळे प्रकल्पात जी गुंतवणूक करणार आहोत ती योग्य आहे का, हे प्रकल्प उभा करण्यापूर्वीच ठरवता येते. कृषी प्रकल्पामध्ये आयआरआर (IRR) हा १५%पेक्षा जास्त असावा लागतो. ते परिशिष्ट क्रमांक ८ मध्ये दिलेले आहे.

परिशिष्ट ८ : उत्पन्न व खर्च यांचे गुणोत्तर

उत्पन्न व खर्च	वर्ष १	वर्ष २	वर्ष ३	वर्ष ४
एकूण उत्पन्न (रु.)	१५,००,०००	१,४५,५००	१,४३,०००	१,४५,५००
निव्वळ उत्पन्न (रु.)	०	४,४०,०००	१०,४७,०००	४,४०,०००
सूट घटक १५%	०.८६९	०.७५६१	०.६५७५	०.५७१८
सूट खर्च (रु.)	१३,०३,५००	१,१०,०१२	९४,०२२	८३,१९७
सूट उत्पन्न (रु.)	०	३,३२,६८४	६,८८,४०२	२,५१,५९२
सूट घटक ५०%	०.६६६७	०.४४४४	०.२९६३	०.१९७५
सूट खर्च	१०,००,०५०	६४,६६०	४२,३७०	२८,७३६
सूट उत्पन्न (रु.)	०	१,९५,५३६	३,१०,२२६	८६,९००
उत्पन्न व खर्च गुणोत्तर	१.३४ : १			
आयआरआर*	५० - १५ × (५९,६४० -३५,५,४२९) = ३७%			

उत्पन्न व खर्च	वर्ष ५	वर्ष ६	वर्ष ७	एकूण
एकूण उत्पन्न (रु.)	१,४३,०००	१,४५,५००	१,४३,०००	
निव्वळ उत्पन्न (रु.)	१०,४७,०००	४,४०,०००	१०,४७,०००	
सूट घटक १५%	०.४९७२	०.४३२३	०.३७५९	
सूट खर्च (रु.)	७१,०००	६२,९००	५३,७५४	१७,७८,३८५
सूट उत्पन्न (रु.)	५,२०,५६८	१,९०,२१२	३,९३,५६७	२३,७७,०२५
सूट घटक ५०%	०.१३१७	०.०८७५	०.०५८५	
सूट खर्च	१८,८३३	१२,७३१	८,३६५	११,७५,७४५
सूट उत्पन्न (रु.)	१,३७,८९०	३८,५००	६१,२५०	८,३०,३०२
उत्पन्न व खर्च गुणोत्तर				–३,४५,४४३

उत्पन्न व खर्च यांचे गुणोत्तर १.३४:१ व आयआरआर ३७%. म्हणून हा प्रकल्प आर्थिकदृष्ट्या सक्षम आहे.

वरील उदाहरणात आयआरआर आलेला आहे ३७%. प्रथम १५% सूट/सवलत घटकाने खर्च व उत्पन्न यांचे निव्वळ मूल्य काढले ते आले + ५,९८,५८९, तसेच ५०% सूट घटकाने खर्च व उत्पन्न यांचे निव्वळ मूल्य आले आहे –३,४५,४४९. याचा अर्थ आयआरआर हा ५०% पेक्षा कमी असला पाहिजे. वर दिलेला सूत्राप्रमाणे तो ३७% आहे. म्हणजे ३७% सूट/सवलत घटकास एकूण निव्वळ सूट ही शून्य (०) येते. याचाच अर्थ असा की, या प्रकल्पातून ३७% परतावा अपेक्षित आहे. त्यामुळे हा प्रकल्प आर्थिकदृष्ट्या सबल आहे.

अ : १५% सूट/सवलत घटक

ब : ५०% सूट/सवलत घटक

जास्तीचे आजचे निव्वळ मूल्य: ५,९८,५८९

कमीचे आजचे निव्वळ मूल्य : - ३,४५,४४९

$$\text{आयआरआर} = १५ + \frac{५,९८,५८९}{(५,९८,५८९ - (-३,४५,४४९))} \times ५० - १५$$

आयआरआर = ३७%

प्रकल्प तयार करताना बँकेच्या कर्जासंबंधीच्या विविध बाबींचा विचार करावा लागतो. उदाहरणार्थ, कर्जाची रक्कम, कर्जदाराचे स्वतःचे भांडवल, कर्जाच्या परतफेडीचा कालावधी, व्याजाचा दर.

१. कर्जाची रक्कम व कर्जदाराचे स्वतःचे भांडवल

प्रकल्प किंमत रु. १,६०,००० साठी बँक १००% कर्ज देते. यासाठी स्वतःची रक्कम काही नाही. रु. १,६०,००० वरील प्रकल्प रक्कमेच्या ८५% ते ७५% कर्ज मंजूर केले जाते. १५ ते २५% रक्कम ही कर्जदाराला स्वतः उभी करावी लागते.

२. कर्जाच्या परतफेडीचा कालावधी

कृषी कर्जाच्या परतफेडीच्या कालावधीनुसार तीन प्रकार पडतात : अल्प मुदत कर्ज, मध्यम मुदत कर्ज आणि दीर्घ मुदत कर्ज

- **अल्प मुदत कर्ज :** परतफेडीचा कालावधी तीन वर्षांपर्यंत. हा कालावधी सर्वसाधारणपणे पीक कर्जासाठी असतो.
- **मध्यम मुदत कर्ज :** परतफेडीचा कालावधी तीन वर्षांपासून ते नऊ वर्षांपर्यंत.
- **दीर्घ मुदत कर्ज :** परतफेडीचा कालावधी नऊ वर्षांपासून ते पंधरा वर्षांपर्यंत.

कृषी कर्ज प्रकार व कर्ज रक्कम	स्वत:ची रक्कम	तारण
	पीक कर्ज	
रु. १,६०,०००/- पर्यंत	काही नाही	पीक तारण (Hypothecation)
रु. १,६०,०००/- पेक्षा जास्त	२५% पर्यंत	पीक तारण व जमीन गहाण खत
	मुदत कर्ज	
रु. १,६०,०००/- पर्यंत	काही नाही	बँकेने ज्यासाठी कर्ज दिले आहे तेच तारण
रु. १,६०,०००/- पेक्षा जास्त	२५% पर्यंत	बँकेने ज्यासाठी कर्ज दिले आहे तेच तारण व जमीन गहाण खत

सर्वसाधारणपणे 'कर्जफेडीचा' कालावधी व 'कर्ज नाही' असा कालावधी याची माहिती पुढीलप्रमाणे. यामध्ये प्रकल्पाणनुसार बदल होऊ शकतो.

कृषी कर्जाची परतफेड

प्रकल्प प्रकार	परतफेड कालावधी (वर्षे)	कर्ज हप्ता नाही असा कालावधी (महिने)
विहीर खोदाई व पंपसेट	११-१५	२३
पंप सेट / ऑइल इंजीन	९	११
ठिबक सिंचन / तुषार प्रणाली	१०-१५	११
ट्रॅक्टर	९	०
जमीन सुधारणा	९ ते १५	२३
दुग्ध व्यवसाय	५ ते ७	२ ते ३
	कुक्कुटपालन	
अंड्यांसाठी कुक्कुटपालन	६ ते ७	६ ते ७
मांसासाठी कुक्कुटपालन	६ ते ७	३

प्रकल्प सुरू झाल्यानंतरच्या कालावधीचे एक वर्ष

प्रकल्प सुरू करण्यापूर्वी जो प्रकल्प अहवाल तयार केलेला असतो त्यात अपेक्षित खर्च व उत्पन्न याचे अंदाजपत्रक तयार केले असते. त्यामुळे प्रत्यक्षात येणारा प्रकल्प उभारणीचा खर्च स्थिर भांडवलाच्या स्वरूपात होत असतो. तसेच खेळते भांडवलच्या स्वरूपात दररोजच्या खर्चाचा हिशेब ठेवणे क्रमप्राप्त असते.

दररोजचा जमा-खर्च लिखित स्वरूपात ठेवणे आवश्यक असते. हा जमा-खर्च प्रकल्पाचा आरसा असतो. या आरशात दररोज पाहावयाचे असते. त्यामुळे कोठे अनावश्यक खर्च होतो का? तो कशामुळे झाला आहे? तो कसा कमी करता येईल? याची योग्य वेळी माहिती मिळाल्यास त्वरित योग्य निर्णय घेता येतो व पुढे होणारा अतिरिक्त खर्च टाळता येतो.

दुग्ध व्यवसायामध्ये प्रत्येक जनावरांचे– म्हैस / गाय यांचे दररोजचे दूध, त्यांचा दुधाचा कालावधी, भाकड कालावधी, खाद्य व औषध यांचा खर्च याची सविस्तर नोंद करणे आवश्यक असते. त्यामुळे कमी दूध देणारी किंवा भाकड कालावधी जास्त असणारी जनावरे बदलणे याबाबतचे निर्णय घेणे शक्य होते. शेळीपालनामध्येही योग्य प्रकारे प्रत्येक शेळीची नोंद ठेवली तर वरीलप्रमाणे निर्णय घेणे शक्य होते.

याशिवाय पुढील काही महत्त्वाचे निर्णय घेण्यासाठीही प्रकल्प सुरू होण्यापूर्वीचा प्रकल्प अहवाल व त्यानंतरचा वर्षभराचा होणारा खर्च व उत्पन्न यांचा ताळेबंद यांच्या अभ्यासाचा उपयोग होतो. याबाबतची काही उदाहरणे पुढीलप्रमाणे :

१. दुग्ध व्यवसायात उत्पन्न वाढ योग्य आहे असे आढळून आल्यास व्यवसायवाढीसंबंधी निर्णय घेता येतो. म्हणजेच गायी किंवा म्हैस यांच्या संख्यावाढीचा विचार करता येतो.
२. तसेच उत्पन्नवाढीसाठी दुधावर प्रक्रिया करून काही पदार्थ तयार करणे शक्य आहे का, याबाबतचा विचार करता येतो.
३. कुक्कुटपालन व्यवसायात करार पद्धत न करता स्वतंत्र व्यवसाय केल्यास उत्पन्न वाढवता येईल, याबाबतचा निर्णय घेणे शक्य होते.
४. बँकसुद्धा एक वर्षाचा अनुभव व व्यवसायाच्या ताळेबंदावरून व्यवसायवाढीसाठी कर्ज देण्यास आनंदाने पुढे येईल.
५. अपेक्षेप्रमाणे योग्य उत्पन्न येत नसल्यास त्वरित उपाययोजना करणे शक्य होते.
६. व्यवसायात मिळालेले अनुभव इतरांनाही मार्गदर्शक ठरू शकतात.
७. ब्रॉयलर कुक्कुटपालन व्यवसायात प्रत्येक बॅचचा अभ्यास करता येतो. एखाद्या बॅचमध्ये पक्ष्याचे वजन कमी झाले किंवा मृत पक्ष्यांची संख्या वाढली तर त्याची कारणे शोधून त्यावर योग्य ती उपाययोजना त्वरित करता येते.
८. दररोजचा होणारा खर्च– उदाहरणार्थ, मजुरी, वीज, पाणी यावर नियंत्रण ठेवता येते का, तो कमी करता येतो का, याचा अभ्यास करता येतो.

❖❖❖

रिझर्व बँक ऑफ इंडिया

प्राधान्य क्षेत्र : उद्दिष्ट व वर्गीकरण

प्राधान्य क्षेत्राखालील श्रेणी

१. कृषी
२. सूक्ष्म, लघु व मध्यम उद्योग
३. निर्यात कर्ज
४. शैक्षणिक कर्ज
५. गृह कर्ज
६. सामाजिक पायाभूत सुविधा
७. अक्षय ऊर्जा

प्राधान्य क्षेत्राखालील उद्दिष्ट (भारतीय बँकांसाठी)

१. **एकूण प्राथमिकता क्षेत्र :** एएनबीसीच्या ४०% (Adjusted Net Bank Credit)
२. **कृषी :** एएनबीसीच्या १८%, लहान व अति लहान शेतकरी यांना ८%
३. **सूक्ष्म उद्योग :** एएनबीसीच्या ७.५%
४. **दुर्बल क्षेत्रासाठी कर्ज :** एएनबीसीच्या १०%
५. **निर्यात कर्ज :** एएनबीसीच्या २%

प्राधान्य क्षेत्राखाली कोणत्या श्रेणी येतात ?

- **कृषी**

१. कृषी कर्ज (Farm Credit)

अ) वैयक्तिक शेतकरी व वैयक्तिक शेतकऱ्यांचा गट यांना शेती व शेतीपूरक व्यवसाय (उदाहरणार्थ, दुग्ध व्यवसाय, मत्स्यउत्पादन, कुक्कुटपालन, पशुपालन, मधुमक्षिका पालन, रेशीम उद्योग इत्यादी) यासाठी कर्ज. कर्जाचे साधारणपणे पुढील प्रकार पडतात :

   १. पीक कर्ज (अल्प मुदतीचे कर्ज)
   २. मध्यम व दीर्घ मुदतीची शेती व शेतीपूरक व्यवसायासाठी कर्ज, तसेच शेतीला पाणीपुरवठा व शेतीच्या इतर विकासासाठी कर्ज यांचा समावेश

३. पीक कापणीपूर्वी व नंतर लागणाऱ्या शेतीसाठीचे कर्ज; उदाहरणार्थ, कीडनाशकांची फवारणी, पीक कापणी, पिकाची साठवण, वाहतूक इत्यादी.

४. ५० लाखपर्यंतचे १२ महिन्यांच्या कालावधीसाठी, शेतमाल ठेवलेल्या गोदामाच्या पावतीवरील कर्ज

५. किसान क्रेडिट कार्डसाठी दिलेले कर्ज

६. लहान व अति लहान शेतकऱ्यांना दिलेले जमीन खरेदीसाठीचे कर्ज

७. बिगर-संस्थांनी शेतकऱ्यांना दिलेले कर्ज

(Loans to distressed farmers indebted to non-institutional lenders)

ब) कॉर्पोरेट शेतकरी, शेतकऱ्यांच्या उत्पादक संघटना, कंपन्या, सोसायट्या, भागधारक संस्था ज्या प्रत्यक्ष शेती किंवा शेतीपूरक व्यवसाय करतात, त्यांना दिलेले रुपये २ कोटीपर्यंतचे कर्ज (एका कर्जदारास) यामध्ये –

१. पीक कर्ज (अल्प मुदतीचे कर्ज)

२. मध्यम व दीर्घ मुदतीच्या शेती आणि शेतीपूरक व्यवसायासाठी कर्ज, यामध्ये येणारा पाणीपुरवठा आणि शेतीच्या इतर विकासासाठी कर्ज यांचाही समावेश

३. पीक कापणीपूर्वी व नंतर लागणाऱ्या शेतीसाठीचे कर्ज, कीडनाशक फवारणी, पीक कापणी, पिकाची साठवण, वाहतूक इत्यादी

४. ५० लाखपर्यंतचे १२ महिन्यांच्या कालावधीसाठी, शेतमाल ठेवलेल्या गोदामाच्या पावतीनुसार कर्ज

२. शेतीतील पायाभूत सुविधा

१. शीतगृह, वेयर हाउस, मार्केट यार्ड, गोडाऊन, शीतगृह शृंखला यांसाठीचे कर्ज

२. मृद्संधारण पाणलोट क्षेत्रासाठीचे कर्ज

३. वृक्ष ऊती संवर्धन, कृषी जैवतंत्रज्ञान, बीज उत्पादन, जैविक खत, गांडूळ खत यांसाठीचे कर्ज

वरील सर्वांसाठी एकत्रित कर्ज मंजूर रुपये १०० कोटी एका कर्जदारास.

३. कृषी साहाय्यक उद्योग

१. रुपये ५ कोटीपर्यंतचे कृषी सहकारी सोसायटींना दिलेले कर्ज

२. कृषी सेवा केंद्र, ॲग्री क्लिनिकसाठी दिलेले कर्ज

३. अन्न व फळ प्रक्रिया उद्योगासाठी एका कर्जदारास देण्यात येणारे रुपये १०० कोटीपर्यंतचे एकत्रित कर्ज

४. कृषीसेवा केंद्रास दिलेले कर्ज

५. प्राथमिक विविध कार्यकारी सहकारी सोसायटी (PCS), फार्मर्स सर्विस सोसायटी (FSS), मोठ्या आदिवासी बहुउद्देशीय सहकारी संस्था यांना दिलेले कर्ज

६. नाबार्डकडे प्राधान्य क्षेत्रामध्ये उद्दिष्ट पूर्ण केल्यामुळे आरआयडीएफकडे वर्गीकृत केलेल्या ठेवी

- **सूक्ष्म, लघु व मध्यम उपक्रम**

१. उत्पादक क्षेत्र, ज्यामध्ये यंत्रसामग्री वरील खर्च

सूक्ष्म उद्योग : रुपये २५ लाखांपेक्षा जास्त नको.
लघु उद्योग : रुपये २५ लाखांपेक्षा जास्त, पण रुपये ५ कोटींपेक्षा जास्त नको.
मध्यम उद्योग : रुपये ५ कोटींपेक्षा जास्त, पण रुपये १० कोटींपेक्षा जास्त नको.

२. सेवा क्षेत्र, ज्यामध्ये उपकरणावरील खर्च

सूक्ष्म उद्योग : रुपये १० लाखांपेक्षा जास्त नको.
लघु उद्योग : रुपये १० लाखांपेक्षा जास्त, पण रुपये २ कोटींपेक्षा जास्त नको.
मध्यम उद्योग : रुपये २ कोटींपेक्षा जास्त, पण रुपये ५ कोटींपेक्षा जास्त नको.

- **निर्यातीसाठीचे कर्ज**

एएनबीसीच्या २%

- **शिक्षणासाठीचे कर्ज**

शिक्षणासाठी दिलेले रुपये १० लाखांपर्यंतचे कर्ज

- **गृह कर्ज**

१. गृहकर्ज : महानगरातील रुपये २८ लाखांपर्यंतचे, रुपये २० लाखांपर्यंतचे इतर ठिकाणांसाठी
२. घर दुरुस्तीसाठीचे कर्ज : महानगरातील रुपये ५ लाख व इतर ठिकाणांसाठी रुपये २ लाख
३. राष्ट्रीय आवास बँक, मान्यताप्राप्त गृहकर्ज देणाऱ्या कंपन्यांनी दिलेले गृहकर्ज रुपये १० लाख (प्रत्येक कर्जदारास)
४. झोपडपट्टी सुधारण्यासाठी दिलेले रुपये १० लाखांपर्यंतचे, प्रत्येक यूनिटसाठीचे कर्ज
५. राष्ट्रीय आवास बँकेकडील प्राथमिकता क्षेत्रातील कमतरतेमुळे ठेवलेल्या ठेवी
६. सामाजिक पायाभूत सुविधा : रुपये ५ कोटींपर्यंतचे कर्ज (प्रत्येक कर्जदारास
७. अक्षय ऊर्जा : सौरऊर्जेवर आधारित यंत्रसामग्री रुपये १५ कोटी (प्रत्येक कर्जदारास), घरगुती वापरासाठी सौरऊर्जेसाठी दिलेले रुपये १० लाखांपर्यंतचे कर्ज (प्रत्येक कर्जदारास)

❖❖❖

कुक्कुटपालन

कुक्कुटपालन या व्यवसायात पक्ष्यांचे पालन हे मांसासाठी व अंड्यांसाठी केले जाते. ग्रामीण भागात या व्यवसायास फार चांगला वाव आहे. हा व्यवसाय फायदेशीर तर आहेच, त्याशिवाय ग्रामीण भागात रोजगार निर्माण करणारा असा व्यवसाय आहे. शहरी व ग्रामीण भागात अंडी व मांस या दोन्हींसाठी खूप मागणी आहे व ती तशीच वाढत राहणार आहे. करार पद्धतीच्या मांसासाठी कुक्कुटपालन व्यवसायास फार मागणी आहे. याचे कारण असे की, या करार पद्धतीत एक दिवसाची पिल्ले, खाद्य, औषधे यांचा करार करणाऱ्या कंपनीद्वारे पुरवठा केला जातो; तसेच पूर्ण वाढीचे पक्षीही विकत घेतले जातात. त्यामुळे करार पद्धतीचा कुक्कुटपालन हा व्यवसाय कमी भांडवलाचा, कमी जोखमीचा व नियमित उत्पन्न देणारा ठरला आहे. अंडी पालनामध्येही अंडी देण्यास तयार अशा पक्ष्यांचे संगोपन करून (Pullet Farm) अंड्यांसाठी कुक्कुटपालन करण्यासाठीही मागणी वाढत आहे. यामध्येही भांडवली खर्च कमी होतो व त्वरित उत्पन्न सुरू होते. यामुळे या व्यवसायाकडेही शेतकरी वळू लागले आहेत.

कुक्कुटपालन व्यवसायास कर्ज पुरवठा करण्याचा मुख्य उद्देश अंडी उत्पादन व मांस उत्पादन हा आहे. याबरोबर हा शेतीपूरक किंवा प्रमुख उद्योग करणाऱ्यांना आर्थिक साहायता करणे हा होय.

पुढील बाबींसाठी कर्ज पुरवठा होऊ शकतो

१. अंड्यांसाठी किंवा मांसासाठी छोटा उद्योग (२०० ते ५०० पक्षी) एक जोडधंदा

२. वैयक्तिक, भागीदारी संस्था, रजिस्टर कंपनी, रजिस्टर सहकारी सोसायटी ज्यांच्याकडे तज्ज्ञ व तांत्रिक ज्ञान व व्यवस्थापन कौशल्य आहे, त्यांना पुढील व्यावसायिक कुक्कुटपालन करावयाचे आहे : अंड्यासाठी कुक्कुटपालन, मांसासाठी कुक्कुटपालन, अंडी उबवणी केंद्र, मांस प्रक्रिया केंद्र

कोणत्या बाबींसाठी कर्ज पुरवठा होतो ?

१. ब्रूडर व ग्रोअर शेड, खाद्य गोडाऊन, वीज व पाणीपुरवठा, पक्ष्यांसाठी पिंजरे, खाद्य व पाणी यासाठी भांडी, अंड्यांसाठी ट्रे, औषधे

२. कुक्कुटपालन सहकारी संस्थांसाठी खाद्य तयार करण्यासाठी लागणारी यंत्रसामग्री, खाद्यासाठी लागणारे अन्नघटक व सभासदांना पुरवठा करण्यासाठी तयार पशुखाद्य यांचा साठा करण्यासाठी

३. सर्वंकश कुक्कुटपालन व्यवसाय (Integrated layer units broiler houses) : यासाठी लागणारी यंत्रसामग्री, शीतकपाट, तसेच मांस प्रक्रियेसाठी लागणारी यंत्रासामग्री, वाहतुकीसाठी शीतकरण व्यवस्था असलेले वाहन
४. अंडी उबवणी केंद्रासाठी इमारत बांधणे, त्यासाठी लागणारी यंत्रसामग्री, औषध व्यवस्था

पात्रता, निकष, कोणास कर्ज मिळू शकते ?

- वैयक्तिक शेतकरी, शेतमजूर ज्यांना कुक्कुटपालन हा व्यवसाय शेतीपूरक व्यवसाय करावयाचा आहे.
- वैयक्तिक, भागीदारी संस्था, लिमिटेड कंपनी, नोंदणीकृत सहकारी संस्था, ज्यांच्याजवळ कुक्कुटपालन विषयातील तज्ज्ञ व प्रशिक्षित व्यक्ती आहेत, यांना मोठ्या प्रमाणात कुक्कुटपालन व्यवसाय करण्यासाठी

आवश्यक तांत्रिक बाबी

कुक्कुटपालन व्यवसायास लागणारे हवामान, ठिकाण वा जागा, एक दिवसाच्या पिल्लांचा पुरवठा, खाद्य व त्याची उपलब्धता, वीज व पाणी उपलब्धता, शेड, पिंजरे, खाद्य व पाणी यांची भांडी, वैद्यकीय सुव्यवस्था, विक्री व्यवस्था, कुक्कुटपालन व्यवसायास आवश्यक प्रशिक्षण, या व्यवसायातील अनुभव इत्यादी.

आवश्यक आर्थिक बाबी

कुक्कुटपालन हा व्यवसाय आर्थिकदृष्ट्या सक्षम आहे, हे पाहणे महत्त्वाचे ठरते. यासाठी या व्यवसायास लागणाऱ्या प्रत्येक बाबींची किंमत व येणारा एकूण खर्च व मिळणारे उत्पन्न, आर्थिक ताळेबंद, नफा व खर्च यांचे गुणोत्तर, निव्वळ फायदा, तसेच बँक कर्जाचा हप्ता व व्याज यांची परतफेड, हे पाहावे लागते.

- **कर्ज रक्कम**

कुक्कुटपालन व्यवसायास लागणाऱ्या कर्जाची रक्कम ही कुक्कुटपालनाचा प्रकार, पक्ष्यांची संख्या, तसेच लागणारे स्थिर भांडवल व खेळते भांडवल यांवर अवलंबून असते. सर्वसाधारणपणे अंड्यांसाठीच्या कुक्कुटपालनासाठी सहा ते सात महिन्यांसाठी लागणारे, मांसासाठीच्या कुक्कुटपालनासाठी दोन ते अडीच महिन्यांसाठी लागणारे खेळते भांडवल हे स्थिर भांडवलमध्ये घेऊन प्रकल्प रक्कम ठरवली जाते.

- **स्वत:चे भांडवल**

लहान, अति लहान व शेतमजूर यांच्यासाठी कर्ज रक्कम रुपये १,६०,००० पर्यंत असून १००% कर्ज दिले जाते; म्हणजेच यांना स्वत:ची रक्कम काही नाही. इतरांसाठी स्वत:चे भांडवल हे १५ ते २५% आहे, तेही कर्ज रक्कम, कर्ज योजना, कर्जदाराची आर्थिक क्षमता यावर ठरते.

कर्जाचे वितरण

कर्जाचे वितरण हे टप्प्याटप्प्याने केले जाते. कर्जाच्या विविध बाबींसाठी प्रकल्पाच्या प्रगतीनुसार केले जाते. प्रकल्पाच्या प्रत्येक टप्प्यामध्ये बँकेकडून प्रत्यक्ष पाहणीकरून कर्जाचे वितरण केले जाते. कर्जाचे वितरण / वाटप हे संबंधित कंत्राटदार, ठेकेदार, वितरक, एजन्सी यांना बिल व पावतीनुसार केले जाते.

विमा

- कुक्कुटपालन प्रकल्पात पक्ष्यांची संख्या १०,००० पर्यंत आहे अशांसाठी 'पक्ष्यांसाठी सर्वसमावेशक विमा' ज्यामध्ये सर्व कोंबड्यांच्या आजारांचा समावेश आहे, हा सक्तीचा आहे.
- कुक्कुटपालन प्रकल्पात पक्ष्यांची संख्या १०,००० पेक्षा जास्त आहे अशांसाठी 'पक्ष्यासाठी सर्वंसमवेशक विमा' हा ऐच्छिक आहे.
- व्यापारी तत्त्वाच्या कुक्कुटपालन व्यवसायात, ज्यांच्याकडे स्वयंचलीत नियंत्रित वातावरण पद्धतीत कुक्कुटपालन केले जाते त्यांना पक्ष्यांसाठी विमा सक्ती नसते.
- शेड व इतर बांधकाम, पिंजरे, मशीनरी, साहित्य, पाण्याची व खाद्यांची भांडी, खाद्य, औषधे, वाहने यांचा सर्वसमावेशक विमा हा उतरवावा लागतो.

कर्जाची परतफेड

- **अंड्यांसाठी कुक्कुटपालन :** मासिक हप्ता, पहिल्या एक दिवसाच्या पक्ष्यांच्या खरेदी केल्यापासून सहा ते सात महिन्यांनंतर (सहा ते सात महिने हा हप्ता नाही; कालावधी)
- **मांसासाठी कुक्कुटपालन :** पहिल्या एक दिवसाच्या पक्ष्यांच्या खरेदी केल्यापासून तीन महिन्यांनंतर मासिक / त्रैमासिक हप्त्याने (तीन महिने हा हप्ता नाही; कालावधी).

अ) कुक्कुटपालन (अंड्यांसाठी)

प्रस्तावना

कोंबडीचे अंडे व मांस हे प्रथिने, मूलद्रव्ये व जीवनसत्त्वे यांचा पुरवठा करणारे व मानवाच्या खाद्यात संतुलन राखणारे प्रमुख अन्नघटक बनले आहेत. आजकाल व्यावसायिकदृष्ट्या उत्तम प्रकारच्या कोंबडीच्या जाती उपलब्ध आहेत; ज्यांची अंडी उत्पादन व खाद्य रूपांतर क्षमता उत्तम आहे. कुक्कुटपालन (अंड्यांसाठी व मांसासाठी) हा एक उत्तम शेतीपूरक व्यवसाय असून ग्रामीण भागात कुटुंबाच्या आर्थिक वाढीबरोबर रोजगार निर्मितीचे एक साधन बनले आहे. कोंबडी खताला चांगली मागणी आहे; कारण पीक उत्पादन वाढीसाठी ते एक उत्तम खत मानले जाते.

कुक्कुटपालन या व्यवसायास अनन्यसाधारण महत्त्व निर्माण झाले आहे, तसेच हा भारतातील सर्वात विकसित होत असलेला व्यवसाय बनला आहे. अंडी उत्पादनात भारत हा जगात तिसऱ्या क्रमांकाचा देश आहे. अंडी उत्पादनाची वाढ ६% आहे. माणशी दर साल १८० अंडी खाणे गरजेचे आहे (ICMR - Indian Council of Medical Research - Recommendations); पण भारतात ते माणशी दर साल फक्त ५२ अंडी असे आहे. त्यामुळे अंड्यांसाठी कुक्कुटपालनासाठी फार मोठा वाव आहे, हे दिसून येते.

कुक्कुटपालन या व्यवसायात शासन व खासगी / व्यापारी कंपनी यांनी विशेष प्रगती केली आहे. उच्च दर्जाची अंडी उबवणी केंद्रे, अधिक अंडी उत्पादन देणाऱ्या जाती, उत्तम खाद्य निर्मिती यामुळे कुक्कुटपालन व्यवसायाला महत्त्व प्राप्त झाले आहे. कुक्कुटपालन व्यवसायात तांत्रिक व व्यावसायिकदृष्ट्या आवश्यक ते मार्गदर्शन शेतकऱ्यांसाठी उपलब्ध आहे. कुक्कुटपालन या उद्योगात व्यवस्थापन हा प्रमुख भाग बनला आहे; ज्यामुळे रोगराई व पक्ष्यांचे मृत्यू यावर नियंत्रण होऊ शकते. अंड्यांसाठी कुक्कुटपालन या प्रकारात अंडी देण्याच्या वयात येणाऱ्या कोंबड्या आणून त्या पाळण्यास मागणी येऊ लागली आहे; तसेच या वयाच्या कोंबड्या / पिल्ले मार्केटमध्ये उपलब्धही आहेत.

एक दिवसाची पिल्ले आणून त्यांचे संगोपन करणे यात भांडवली खर्च जास्त होतो. पिल्लांसाठी शेड तसेच अंडी उत्पादनपर्यंतचे लागणारे खेळते भांडवल हा खर्च वाढतो. त्यामुळे अंडी देण्याच्या वयात येणाऱ्या कोंबड्यांचे पालन यास मागणी जास्त आहे. दुसरे महत्त्वाचे कारण अंड्यांपासून त्वरित उत्पन्न सुरू होते.

तांत्रिक बाबी

तांत्रिक बाबींचे स्पष्टीकरण देताना त्यातील पुढे दिलेल्या बाबींची सविस्तर माहिती घ्यावी :

- **जागा :** एकूण क्षेत्र, सर्व्हे क्रमांक, जमिनीची प्रत, पाणी निचरा क्षमता, जमिनीचा चढउतार, रस्त्याची सोय यांची महिती
- पक्ष्यांची संख्या, जात, एका पक्ष्याची किंमत, वाहतूक खर्च, पक्षी मृत्यू शक्यता गृहीत धरून जादा पक्षी संख्या, यांची सविस्तर माहिती
- शेडचे क्षेत्र, त्याचा नकाशा व खर्चाचे अंदाजपत्रक यांची सविस्तर माहिती

- **पिंजरे :** पिंजऱ्याचा आकार (Two tier / three tier), दोन टप्पा किंवा तीन टप्पा याची सविस्तर माहिती
- अंडी देण्यास तयार असलेल्या कोंबडीच्या पिल्लांची किंमत, पिल्लांची संख्या, पिल्लांचा पुरवठा करणाऱ्या कंपनीचे पत्र यांची सविस्तर माहिती
- खाद्य उपलब्धता व त्याचा पुरवठा याची माहिती
- वीज व पाणी उपलब्धता व त्याचा पुरवठा याची माहिती
- पशुवैद्यकीय सोयींविषयी माहिती
- मजुरांच्या उपलब्धतेविषयी माहिती
- अंड्यांच्या विक्री व्यवस्थेची माहिती
- कुक्कुटपालन व्यवस्थापनाविषयी प्रशिक्षण

या तांत्रिक बाबीत, प्रकल्पानुसार बदल होऊ शकतो. परंतु पुढील तांत्रिक बाबीत बदल होत नाही. या तांत्रिक बाबी सर्व प्रकल्पात त्याच राहाव्यात, हे अपेक्षित आहे.

इतर तांत्रिक बाबी

१. प्रत्येक पक्षी : ३०० अंडी आणि ५२ आठवड्यांत देतात.

२. खाद्य : ५२ आठवड्यांसाठी खाद्य : ३८ किग्रॅ

३. पिंजऱ्यात एका पक्ष्यासाठी लागणारी जागा : १ चौ.फू.

आर्थिक बाबी

पुढील आर्थिक बाबींविषयी सविस्तर माहिती व त्यासाठीची कागदपत्रे जोडणे आवश्यक आहे.

- शेड बांधकामाचा खर्च व त्या खर्चाचा आराखडा
- पक्षी खरेदीची किंमत, उपलब्धता व त्याचा पुरवठा यांची माहिती
- पिंजरे व इतर साहित्यांचे खरेदीबाबतचे कोटेशन / किंमत पत्र
- खाद्याची किंमत
- पाणी, वीज, मजुरी व पशुवैद्यकीय सेवा व औषधे यांवरील खर्च
- अंडी विक्रीचा दर

व्यवस्थापन

व्यवस्थापनामध्ये स्वत:ची व्यवसाय करण्याची क्षमता, स्वत:चे भांडवल, कुक्कुटपालन व्यवसायाबाबतचा अनुभव व प्रशिक्षण याविषयीची सविस्तर माहिती व त्या बाबतची कागदपत्रे देणे आवश्यक आहे.

नमुना प्रकल्प

परिशिष्ट १ : स्थिर भांडवल

क्र.	बाबी	भांडवल एकक दर (रुपये)	किंमत (रुपये)
१	शेड	२,५८४/- दर चौमी	४,५४,४४०
	१५६.८६ चौमी (५००० पक्ष्यांसाठी)	८१/- (प्रत्येक पक्ष्यासाठी)	
२	शेड (५००० पक्ष्यांसाठी)	११०/- (प्रत्येक पक्ष्यासाठी)	६,१५,०००
३	पक्ष्यांची किंमत (अंडी देण्याच्या वयाचे ५५०० पक्षी)	रु. १९५/- (प्रत्येक पक्ष्यासाठी)	१०,७२,५००
४	वीज,पाणी,मजुरी इत्यादी खर्च	एक महिन्याचा खर्च	३०,०००
५	खाद्य खर्च (५५०० पक्ष्यांसाठी)	१.५/- किग्रॅ (प्रत्येक पक्ष्यासाठी)	१,६५,०००
		२०/- दर किग्रॅ (१५ दिवसांचा खर्च)	
		एकूण	**२२,८७,९००**

परिशिष्ट २ : कुक्कुटपालन : अंड्यांसाठी

कुक्कुटपालन क्षमता : ५,००० पक्षी		
		रुपये
एकूण किंमत	१००%	२२,८७,९००
कर्ज रक्कम	८०%	१८,३०,०००
स्वत:चे भांडवल	२०%	४,५७,९००
व्याज दर		१२%
परतफेड	त्रैमासिक हप्ता रु. ९१,५००	६ वर्षे
‘हप्ता नाही’चा कालावधी		३ महिने

परिशिष्ट ३ : आर्थिक मानदंड (BC Ratio)

उत्पन्न व खर्च यांचे गुणोत्तर	१.१२:१
आयआरआर	४०% पेक्षा जास्त

परिशिष्ट ४ : तांत्रिक-आर्थिक मानदंड

बाबी	रक्कम	एकूण रक्कम
एकूण पक्षी	५०००	
पक्ष्यांचा संच	१	
एका संचाचे पक्षी	५०००	
खरेदी करण्याचे पक्षी	५५००	
अंडी देणारे पक्षी	५०००	
५२ आठवड्यांनंतर विकणारे पक्षी	५०००	
पिंजऱ्यात एका पक्ष्यास लागणारी जागा (चौमी)	०.८	
शेड बांधकामाचा खर्च (दर चौमी) (रु.)	२,५८४	४,०५,३९०
पिंजऱ्याचा खर्च (रु.)	११०	६,१५,०००
अंड्याला आलेल्या पक्ष्यांची किंमत (रु.)	१९५	१०,७२,५००
५२ आठवड्यांचे खाद्य (रु.)	३८	
खाद्याची किंमत (५२५० पक्ष्यांसाठी) (रु.)	२०	३९,९०,०००
मजुरी (५ मजूर) दरमहा (रु.)	६,०००	३०,०००
विमा खर्च व वीज खर्च (रु.)	७	३५,०००
अंड्याचे उत्पादन / प्रत्येक पक्षी	३००	
अंड्याची किंमत, प्रत्येक अंडे (रु.)	४	६०,००,०००
५२ आठवड्यांनंतर पक्षी विक्री (वजन १.५ किग्रॅ) (रु.)	८०	६,००,०००
खत (प्रत्येक पक्षी) (रु.)	७	३५,०००
रिकामे बारदान विक्री प्रत्येकी (३८०० बारदान) (रु.)	१०	३८,०००
स्वत:चे भांडवल	२०%	
बँक कर्ज व्याज दर	१२%	

परिशिष्ट ५ : खेळते भांडवल

क्र.	बाबी	एकक	दर (रुपये)	रुपये
१	खाद्य	३८ किग्रॅ : ५२५० पक्ष्यांसाठी (प्रति पक्षी ५२ आठवड्यांसाठी)	२० रु. प्रति किलो	३९,९०,०००
२	मजुरी	५ मजूर प्रत्येकी (दरमहा)	६००० रु. प्रति मजूर (दरमहा)	३,६०,००० प्रति वर्ष
३	इतर खर्च : विमा, वीज, पाणी व औषधे	प्रति पक्षी (५२ आठवड्यांसाठी)	७	३५,०००
			एकूण	**४३,८५,०००**

परिशिष्ट ६ : उत्पन्न

उत्पन्न	एकक	दर (रु.)	रुपये
अंडी	३०० अंडी प्रत्येक पक्षी ५२ आठवड्यांमध्ये एकूण ५००० पक्षी (मयत पक्षी १०%)	४ प्रत्येक अंडी	६०,००,०००
रिकामे बारदान	३८ किलो खाद्य प्रत्येक पक्षी ५२५० पक्षी एक बारदान ५० किलो ३८०० बारदान	१० प्रत्येक बारदान	३८,०००
खत	५००० पक्षी	७ प्रति पक्षी	३५,०००
पक्षी विक्री	५००० पक्षी (वजन १.५ किलो प्रति पक्षी)	८० प्रति किलो	६,००,०००
		एकूण	**७३,०००**

परिशिष्ट ७ : नफा-तोटा पत्रक (रुपये)

बाबी/ वर्ष → खर्च ↓	१	२	३	४	५	६
खेळते भांडवल						
पक्ष्यांचा खर्च	**	१०,७२,५००	१०,७२,५००	१०,७२,५००	१०,७२,५००	१०,७२,५००
खाद्य	३९,९०,०००	३९,९०,०००	३९,९०,०००	३९,९०,०००	३९,९०,०००	३९,९०,०००
मजुरी	३,६०,०००	३,६०,०००	३,६०,०००	३,६०,०००	३,६०,०००	३,६०,०००
इतर खर्च	३५,०००	३५,०००	३५,०००	३५,०००	३५,०००	३५,०००
एकूण खेळते भांडवल	४३,८५,०००	५४,५७,५००	५४,५७,५००	५४,५७,५००	५४,५७,५००	५४,५७,५००
एकूण उत्पन्न	४३,८५,०००	५८,५२,५००	५८,५२,५००	५८,५२,५००	५८,५२,५००	५८,५२,५००
अंडी	६०,००,०००	६०,००,०००	६०,००,०००	६०,००,०००	६०,००,०००	६०,००,०००
रिकामे बारदान	३८,०००	३८,०००	३८,०००	३८,०००	३८,०००	३८,०००
खत	३५,०००	३५,०००	३५,०००	३५,०००	३५,०००	३५,०००
पक्षी विक्री	०	६,००,०००	६,००,०००	६,००,०००	६,००,०००	६,००,०००
एकूण उत्पन्न	६०,७३,०००	६६,७३,०००	६६,७३,०००	६६,७३,०००	६६,७३,०००	६६,७३,०००
निव्वळ उत्पन्न	१६,८८,०००	९,१५,५००	९,१५,५००	९,१५,५००	९,१५,५००	९,१५,५००

** प्रथम वर्षाचा पक्षी खरेदीचा खर्च स्थिर भांडवलामध्ये घेतला आहे.

परिशिष्ट ८ : उत्पन्न व खर्च यांचे गुणोत्तर (रुपये)

वर्ष	१	२	३	४	५	६
स्थिर भांडवल	२,२८७,९००					
खेळते भांडवल	४,३८५,०००	५,४५७,५००	५,४५७,५००	५,४५७,५००	५,४५७,५००	५,४५७,५००
एकूण खर्च	६,६७२,९००	५,४५७,५००	५,४५७,५००	५,४५७,५००	५,४५७,५००	५,४५७,५००
उत्पन्न	६,०७३,०००	६,६७३,०००	६,६७३,०००	६,६७३,०००	६,६७३,०००	६,६७३,०००
निव्वळ उत्पन्न	-५९९,९००.००	१,२१५,५००	१,२१५,५००	१,२१५,५००	१,२१५,५००	१,२१५,५००
तूट खर्च १५% (Discounted Cost)	२१,७१०,८२२					
तूट उत्पन्न १५% (Discounted Benefit)	२४,३३७,७०६					
NPV	२२,२६,७७४					
उत्पन्न व खर्च यांचे गुणोत्तर						
नफा,खर्च गुणोत्तर (B/C Ratio)	१.१२:१					
आयआरआर	४०% पेक्षा जास्त					

उत्पन्न व खर्च यांचे गुणोत्तर १.१२:१ आणि आयआरआर ४०% पेक्षा जास्त म्हणून हा अंड्यांसाठी कोंबडीपालन प्रकल्प आर्थिकदृष्ट्या सक्षम आहे.

परिशिष्ट ९ : उत्पन्न व खर्च यांचे गुणोत्तर स्पष्टीकरण (रुपये)

खर्च	६,६७२,९००	५,४५७,५००	५,४५७,५००	५,४५७,५००	५,४५७,५००	५,४५७,५००	एकूण
सूट घटक १५%	०.८६९६	०.७५६१	०.६५७५	०.५७१८	०.४९७२	०.४३२३	२.९१४९
सूट खर्च	५८०२७५४	४१,२६,४१६	३५,८८,३०६	३१२०६००	२७१३४६९	२३५९२७७	२,१७,१०,८२२
उत्पन्न	६,०७३,०००	६,६७३,०००	६,६७३,०००	६,६७३,०००	६,६७३,०००	६,६७३,०००	
सूट घटक १५%	०.८६९६	०.७५६१	०.६५७५	०.५७१८	०.४९७२	०.४३२३	२.९१४९
सूट उत्पन्न	५२,८१,०८०	५०,४५,४५५	३९,९२,९९७	३८,१५,६२१	३३,१७,८१५	२८,८४,७३८	२,४३,३७,७०६
उत्पन्न व खर्च यांचे गुणोत्तर	१,१२:१						
निव्वळ आजचे मूल्य NPV							२६,२६,८८४

सूट घटक (Discount factor at) ४०%	०.७१४३	१.४५३६	एकूण
सूट खर्च (Discounted cost)	४७,६६,४५३	७९,३३,०२२	१,२६,९९,४७५
सूट उत्पन्न (Discounted Benefit)	४३,३७,९४४	९६,९९,८७३	१,४०,३७,८१७
निव्वळ आजचे मूल्य (NPV)			१३,३८,३४२
तूट घटक (Discount factor at) ५०%	०.६८९७	१.१५७७	
सूट खर्च (Net Present Cost)	४६,०२,२९९	६३,१८,१४८	१,०९,२०,४४७
सूट उत्पन्न (Net Present Benefit)	४१,८८,५४८	७७,२५,३३२	१,१९,१३,८८०
निव्वळ आजचे मूल्य (NPV)			९,९३,४३३

परिशिष्ट १० : कर्ज परतफेड (रुपये)

वर्ष	निव्वळ उत्पन्न	कर्ज शिल्लक	मुद्दल कर्ज हप्ता	व्याज रक्कम	एकूण परतफेड	शिल्लक उत्पन्न
१	१६,८८,०००	१८,३०,०००	०	२,१९,६००	२,१९,६००	१४,६८,४००*
२	९,१५,५००	१८,३०,०००	३,६६,०००	२,१९,६००	५,८५,६००	३,२९,९००
३	९,१५,५००	१४,६४,०००	३,६६,०००	१,७५,६८०	५,४१,६८०	३,७३,८२०
४	९,१५,५००	१०,९८,०००	३,६६,०००	१,३१,७६०	४,९७,७६०	४,१७,७४०
५	९,१५,५००	७,३२,०००	३,६६,०००	८७,८४०	४,५३,८४०	४,६१,६६०
६	९,१५,५००	३,६६,०००	३,६६,०००	८०,५२०	४,४७,०२०	४,६८,४८०

* रु. १४६८४००/- पैकी रु. १०,७२,५००/- ही रक्कम पुढील ५००० कोंबड्या खरेदीसाठी वापरण्यात येतील.

१. पहिल्या वर्षी परतफेड नाही.

२. पहिल्या वर्षी फक्त व्याज भरायचे आहे.

❖

ब) कुक्कुटपालन (मांसासाठी)

करार पद्धत कुक्कुटपालन प्रकल्प (Contract Broiler Poultry Project)

करार पद्धत कुक्कुटपालन

मांसासाठी कुक्कुटपालन या व्यवसायात करार पद्धत लोकप्रिय झाली आहे. या पद्धतीत करार करणाऱ्या कंपन्या या एक दिवसाची पिल्ले देणे, खाद्य पुरवणे, वैद्यकीय सोयी, सुविधा देणे व पक्षी खरेदी करणे याची संपूर्ण जबाबदारी घेतात. ज्यांना हा व्यवसाय करावयाचा आहे त्यांनी फक्त शेड बांधणे व बाकी व्यवस्थापन पाहणे एवढाच भाग येतो.

करार पद्धतीचे फायदे

१. एक दिवसाच्या पिल्लांचा पुरवठा, खाद्य पुरवठा, वैद्यकीय सुविधा, पक्षी विकत घेणार हे सर्व करार करणारी कंपनी करणार; त्यामुळे कमी जबाबदारी व कमी जोखीम
२. स्थिर उत्पन्न
३. कमी भांडवल
४. पक्ष्यांचे मृत्यूचे प्रमाण कमी
५. करार करणारी कंपनी, व्यवसाय करणारा व बँक यांच्यात त्रिपक्षीय करार होत असल्यामुळे बँक कर्ज सुलभतेने मिळते.

तांत्रिक बाबी

१. ज्या जागेत शेड बांधणार त्या जागेचा सात-बाराचा उतारा, जागेचा नकाशा, एकूण क्षेत्र, जमिनीचा चढ -उतार, रस्त्याची सोय इत्यादीबाबतची सविस्तर माहिती
२. कुक्कुटपालन (मांसासाठी) : पक्ष्यांची संख्या, पक्षी कोठून उपलब्ध होणार, पक्ष्याचे वय, जात इत्यादीबाबतची माहिती
३. शेडचा आकार, तसेच शेडसोबत गोडाऊन, स्टोअर यांची माहिती
४. पाणी, खाद्य योची भांडी व ट्रे आणि इतर साहित्य याविषयी सविस्तर माहिती
५. प्रत्येक पक्ष्यासाठी लागणारी जागा याविषयी माहिती
६. करार पद्धती विषयी माहिती
    १. ज्या कंपांनीबरोबर करार करणार त्या कंपनीची सविस्तर माहिती
    २. कंपनीच्या करारातील अटी
    ३. कंपनीद्वारे पुरवण्यात येणाऱ्या बाबी उदाहरणार्थ, एक दिवसाच्या पिल्लांचा पुरवठा, खाद्य पुरवठा, वैद्यकीय सुविधा, पक्षी विकत घेणार याविषयीची सविस्तर माहिती
    ४. पक्षी विकत घेण्याचा दर, पैसे देण्याची पद्धत
७. पाणी व वीज यांची व्यवस्था याविषयी माहिती

आर्थिक बाबी

आर्थिक बाबींचे स्पष्टीकरण देताना पुढे नमूद केलेल्या खर्चाची सविस्तर माहिती द्यावी.

१. जमीन सपाटीकरण व शेड बांधकामास लागणारा खर्च
२. पाणी व खाद्य यासाठी लागणारी भांडी व इतर साहित्य याचा खर्च
३. वीज व पाणी यावर होणारा खर्च
४. मजुरांवरील खर्च
५. करार पद्धतीत नमूद असलेल्या पक्षी विक्रीचा दर (प्रत्येक किलोग्रॅमसाठी)

आर्थिक बाबीमध्ये स्थिर भांडवल, खेळते भांडवल, खर्च व उत्पन्न यांचा ताळेबंद, खर्च व उत्पन्न यांचे गुणोत्तर, नफा-तोटापत्रक यांचा समावेश होतो.

व्यवस्थापन

- कर्जदार / अर्जदार यांच्याविषयी माहिती
- स्वत:चे भांडवल
- कुक्कुटपालन व्यवसायातील अनुभव
- कुक्कुटपालन व्यवसायाचे प्रशिक्षण

करार पद्धत : ५,००० पक्षी नमुना प्रकल्प

प्रकल्प आकार : ५००० पक्षी

करार : एक दिवसाच्या पिल्लांचा पुरवठा, खाद्य पुरवठा, वैद्यकीय सुविधा, पक्षी विकत घेणार

परिशिष्ट १ : स्थिर भांडवल (रुपये)

शेड बांधकाम	७,५०,०००	
साहित्य खर्च	६०,०००	
वीज व पाणी पुरवठा	३०,०००	
आकस्मित खर्च	१०,०००	
एकूण	८,५०,०००	
खेळते भांडवल		
एक दिवसाच्या पिल्लांचा खर्च	*	कंपनी पुरवणार
खाद्य व औषधे यावरील खर्च	*	कंपनी पुरवणार
मजुरी	७२,०००	
वीज व पाणी खर्च	१२,०००	
विमा	६,०००	

एकूण	९०,०००	
स्वत:चे भांडवल १७.५%	१,४०,०००	
कर्ज रक्कम ८२.५%	८,००,०००	
आर्थिक मानांकन		
उत्पन्न / खर्च गुणोत्तर (B/C Ratio)	१.३७:१	
आयआरआर	४०% पेक्षा जास्त	

परिशिष्ट २ : आर्थिक व तांत्रिक मानदंड

पक्ष्यांची संख्या	५२००	नंबर
खेळते भांडवलासाठी पक्षी	५२००	नंबर
विक्रीसाठी पक्षी	५०००	नंबर
पक्षी विक्रीचा दर करारानुसार	८	रुपये/किग्रॅ
प्रत्येक पक्ष्यास लागणारी जागा	१	चौ. फू./पक्षी
शेड बांधकामाचा खर्च	१५०	रुपये/चौ.फू.
साहित्य खरेदी खर्च	१२	रुपये/पक्षी
एक दिवसाच्या पिल्लाची किंमत	NIL*	कंपनी पुरवठा
खाद्य	३.३	किग्रॅ/पक्षी
खाद्याचा दर	NIL*	कंपनी पुरवठा
मजुरी	३०००	रुपये/दरमहा
मजूर संख्या	२	नंबर
पशुवैद्यकीय खर्च	NIL*	कंपनी पुरवठा
विमा	६०००	रुपये
विक्रीच्या पक्ष्याचे वजन	१.५	किग्रॅ/पक्षी
विक्रीची किंमत	८	रुपये/किग्रॅ
पक्षी वाढवण्याचा कालावधी	६	आठवडे
शेड सफाई कालावधी	२	आठवडे

रिकाम्या बारदानाची किंमत	१०	रुपये/बारदान
एका संचामधील बारदान	३००	प्रति १००० पक्षी
स्वत:ची रक्कम	१,४०,०००	रुपये
बँक व्याज दर	१२	% दर साल
वर्षातील संचाचे नंबर	६	नंबर
पहिल्या वर्षी विकण्यात येणारे संच	५	नंबर
दोन ते सहा वर्षे विकण्यात येणारे संच	६	२ ते ६ वर्षे
खतापासून मिळणारे उत्पन्न	१	रुपये प्रति पक्षी

परिशिष्ट ३ : खर्च

वर्ष	**१**	**२ ते ६**	**एकूण**
स्थिर भांडवल (रु.)	९,४०,०००		
पिल्लांचा खर्च (रु.)	०	०	०
खाद्य खर्च (रु.)	०	०	०
औषधाचा खर्च (रु.)	०	०	०
विमा खर्च (रु.)	६,०००	६,०००	
वीज, पाणी खर्च (रु.)	१२,०००	१२,०००	
मजुरी (रु.)	७२,०००	७२,०००	
एकूण (रु.)	**९०,०००**	**९०,०००**	
स्थिर भांडवल खर्च (रु.)	९,४०,०००		
खेळते भांडवल (रु.)		९०,०००	९०,०००
एकूण खर्च (रु.)	९,४०,०००	९०,०००	९०,०००
एकूण उत्पन्न (रु.)	३,४०,०००	४,०८,०००	४,०८,०००
निव्वळ उत्पन्न (रु.)	**–६,००,०००**	**३,१८,०००**	**३,१८,०००**

परिशिष्ट ४ : उत्पन्न

वर्ष पहिले : पक्षी विक्री (रु.) : ५,००० × १२ × ५ = ३,००,०००
रिकामे बारदान विक्री (रु.) : ३०० × १० × ५ = १५,०००
खत विक्री (रु.) : ५००० × १ × ५ = २५,०००
एकूण (रु.) : ३,४०,०००
वर्ष २ ते ६ (रु.) : ३,६०,००० +१८,००० + ३०,००० = ४,०८,०००
पक्षी विक्री (रु.) : ५००० × १२ × ६ = ३६००००
रिकामे बारदान विक्री (रु.) : ३०० × १० × ६ = १८,०००
खत विक्री (रु.) : ५००० × १ × ६ = ३०,०००
एकूण (रु.) : ४,०८,०००

परिशिष्ट ५ : कर्जाची परतफेड (रुपये)

वर्ष	कर्ज रक्कम	परतफेड (रु.)			रुपये
	व्याज (रु.)	कर्ज हप्ता	एकूण	कर्ज शिल्लक	
१	८,००,०००	९६,०००	०	९६,०००	८,००,०००
२	८,००,०००	९६,०००	१,६०,०००	२,५६,०००	६,४०,०००
३	६,४०,०००	७६,०००	१,६०,०००	२,३६,०००	४,८०,०००
४	४,८०,०००	५७,६००	१,६०,०००	२,१७,६००	३,२०,०००
५	३,२०,०००	३८,४००	१,६०,०००	१,९८,४००	१,६०,०००
६	१,६०,०००	१९,२००	१,६०,०००	१,७९,२००	०

परिशिष्ट ६ : निव्वळ शिल्लक

वर्ष	उत्पन्न (रु.)	कर्ज परतफेड (रु.)	निव्वळ शिल्लक (रु.)
१	३,४०,०००	९६,०००	२,४४,०००
२	४,०८,०००	२,५६,०००	१,५२,०००
३	४,०८,०००	२,३६,०००	१,७२,०००
४	४,०८,०००	२,१७,६००	१,९०,४००

वर्ष	उत्पन्न (रु.)	कर्ज परतफेड (रु.)	निव्वळ शिल्लक (रु.)
५	४,०८,०००	१,९८,४००	२,०९,६००
६	४,०८,०००	१,७९,२००	२,२८,८००

परिशिष्ट ८ : उत्पन्न व खर्च यांचे गुणोत्तर

वर्ष	१	२ ते ६	एकूण
खर्च (रु.)	९,४०,०००	९०,०००	
सूट घटक १५%	०.८६९६	२.९१४९	
सूट खर्च (रु.)	८,१७,४२४	२,६२,३४१	१०,७९,७६५
उत्पन्न (रु.)	३,४०,०००	४,०८,०००	
सूट घटक १५%	०.८६९६	२.९१४९	
सूट उत्पन्न (रु.)	२,९५,६६४	११,८९,२७९	१४,८४,९४३
निव्वळ मूल्य (NPW) (रु.)			४,०५,१७८
उत्पन्न व खर्च यांचे गुणोत्तर	१.३७:१		
खर्च (रु.)	९,४०,०००	९०,०००	
सूट घटक ४०%	०.७१४३	१.४५३६	
सूट खर्च (रु.)	६,७१,४४२	१३०८२४	८,०२,२६६
उत्पन्न (रु.)	३,४०,०००	४,०८,०००	
सूट घटक ४०%	०.७१४३	१.४५३६	
सूट उत्पन्न (रु.)	२,४२,८६२	५,९३,०६८	८,३५,९३०
निव्वळ मूल्य (NPW) (रु.)			३३,६६४

आयआरआर ४०% पेक्षा जास्त आहे. म्हणून हा प्रकल्प आर्थिकदृष्ट्या सक्षम आहे.

❖

क) कुक्कुटपालन (मांसासाठी)

करार पद्धत न करता एक दिवसाचे पक्षी, खाद्य, औषधे व पक्ष्यांची विक्री स्वत: करायची ठरवल्यास असा वेगळा प्रकल्प होऊ शकतो. ज्या ठिकाणी करार पद्धत होऊ शकत नाही, त्यांच्यासाठी नमूना प्रकल्प पुढे दिला आहे. या प्रकल्पामध्ये व्यवस्थापनास विशेष महत्त्व आहे. या प्रकल्पात पक्षी खरेदी, खाद्य, व औषधे यांचे नियोजन हे स्वत:लाच करावे लागते. त्यामुळे जोखीम जास्त असते. तसेच विक्रीची व्यवस्थाही स्वत:लाच बघावी लागते. विक्रीच्या किमतीमध्येही प्रत्येक बॅचमध्ये तफावत होऊ शकते. पण योग्य व्यवस्थापन असल्यास हा प्रकल्प करार पद्धतीपेक्षा जास्त फायदेशीर ठरू शकतो.

परिशिष्ट १ : प्रकल्प किंमत

स्थिर भांडवल	**रुपये**
शेड बांधकाम : १०,५०० चौ.फू. (रु.१५०/चौ.फू.)	१५,७५,०००
खाद्यासाठी खोली : १००० चौ.फू. (रु.२००/चौ.फू.)	२,००,०००
पाणी व खाद्य यांच्यासाठी भांडी	२,६२,५००
(खेळते भांडवल) एकूण (१)	**२०,३७,५००**
एक दिवसाच्या पक्ष्यांची किंमत	२,३१,०००
खाद्याचा खर्च	६,७३,२००
औषध, मजुरी व इतर खर्च	१,०२,०००
पक्ष्यांचा विमा खर्च	३१,५००
शेड व साहित्य यांचा विमा खर्च	२०,३७५
एकूण (२)	**१०,५८,०७५**
एकूण (१+२)	**३०,९५,५७५** चे पूर्ण रकमेत **३१,७७,०००**
स्वत:चे भांडवल (२५%)	४,७७,०००
कर्ज रक्कम	२७,००,०००

परिशिष्ट २ : तांत्रिक व आर्थिक मानदंड

पक्ष्यांची संख्या	१०,०००
पक्षी विकत घेण्याची संख्या	१०,५००
खेळत्या भांडवलसाठी पक्ष्यांची संख्या	१०,२००
विक्रीचे पक्षी	१०,०००
एका पक्ष्यास लागणारी जागा (चौ.फू.)	१
शेड बांधकाम खर्च (रु./ चौ.फू.)	१५०
साहित्य खर्च : पाणी व खाद्य भांडी (रु. / पक्षी)	२५
एक दिवसाच्या एका पक्ष्याची किमत (रु.)	२२
एका पक्ष्याचे खाद्य (किग्रॅ)	३.३
खाद्य दर (रु. / किग्रॅ)	२०
औषधे, मजुरी : प्रत्येक पक्ष्यासाठी (रु.)	१
विमा : प्रत्येक पक्ष्यासाठी (रु.)	०.५
विमा शेड व साहित्य (प्रत्येक रु. १,०००)	१०
विक्रीच्या वेळी प्रत्येक पक्ष्याचे वजन (किग्रॅ)	१.७
पक्षी विक्री दर (रु. / किग्रॅ)	७०
खताची किमत (रु./ पक्षी)	०.५
रिकाम्या बारदानाची विक्री (रु. / किग्रॅ)	१०
स्वतःचे भांडवल (%)	१५
बँक व्याज दर साल दर शेकडा	१२%
पक्षी वाढवण्याचा कालावधी	६ आठवडे
शेड स्वच्छतेसाठीचा कालावधी	२ आठवडे

परिशिष्ट ३

वर्ष	१	२ ते ८
एकूण बॅच	७	७
कालावधी आठवडे	४०	४२
बॅच विक्री	६	७

परिशिष्ट ४ : उत्पन्न व खर्च यांचा ताळेबंद

वर्ष	१	२ ते ७	८
उत्पन्न			
पक्षी विक्री (रु.)	७१,४०,०००	८३,३०,०००	८३,३०,०००
खत विक्री (रु.)	३०,०००	३५,०००	३५,०००
रिकामे बारदान विक्री (रु.)	२,९९२	३,१४२	३,१४२
एकूण	७१,७२,९९२	८३,६८,१४२	८३,६८,१४२
खर्च (पहिल्या वर्षीचा एक बॅचचा खर्च स्थिर भांडवलात घेण्यात आला आहे.)			
पिल्लांची किंमत (रु.)	१६,१७,०००	१६,१७,०००	१६,१७,०००
खाद्याचा खर्च (रु.)	४४,८८,०००	४७,१२,४००	४,७१,२४००
औषधाचा व मजुरी खर्च (रु.)	६,१२,०००	७,१४,०००	७,१४,०००
पक्ष्यांचा विमा (रु.)	३१,५००	३६,७५०	३६,७५०
शेड व साहित्य यांचा विमा (रु.)	२०,३७५	२०,३७५	२०,३७५
एकूण (रु.)	**६७,६८,८७५**	**७१,००,५२५**	**७१,००,५२५**
नफा (रु.)	**१,४६२,१९२**	**१२,६७,६१७**	**१२,६७,६१७**

परिशिष्ट ५

वर्ष	१	२ ते ७	८
स्थिर भांडवल (रु.)	३१,७७,०००		
खेळते भांडवल (रु.)	५७,१०,८००	७१,००,५२५	७१,००,५२५
एकूण खर्च (रु.)	८८,८७,८००	७१,००,५२५	७१,००,५२५
उत्पन्न(रु.)			
नफा (रु.)	७१,७२,९९२	८३,६८,१४२	८३,६८,१४२
शेडची उर्वरित किंमत (रु.)			७,६४,०७९
निव्वळ नफा (रु.)	– १७,१४,८०८	१२,६७,६१७	२०,३१,६९६
सूट खर्च घटक १५% (रु.)	१,७७,६६,२४९		
सूट उत्पन्न घटक १५% (रु.)	१,८५,६९,४८५		
निव्वळ आजचे मूल्य १५% (रु.)	८,०३,२३६		
उत्पन्न व खर्च यांचे गुणोत्तर	१.०५:१		
आयआरआर	५१.९१%		

परिशिष्ट ६ : कर्ज परतफेड

वर्ष	कर्ज (रु.)	निव्वळ नफा (रु.)	कर्ज हप्ता (रु.)	व्याज (रु.)	हप्ता + व्याज (रु.)	कर्ज शिल्लक (रु.)	निव्वळ शिल्लक (रु.)
१	२७,००,०००	१४,६२,१९२	०	३,२४,०००	३,२४,०००	२७,००,०००	११,३८,१९२
२	२७,००,०००	१२,६७,६१७	३,९०,०००	३,२४,०००	७,१४,०००	२३,१०,०००	५,५३,६१७
३	२३,१०,०००	१२,६७,६१७	३,८५,०००	२,७७,२००	६,६२,२००	१९,२५,०००	६,०५,४१७
४	१९,२५,०००	१२,६७,६१७	३,८५,०००	२,३१,०००	६,१६,०००	१५,४०,०००	६,५१,६१७
५	१५,४०,०००	१२,६७,६१७	३,८५,०००	१,८४,८००	५,६९,८००	११,५५,०००	६,९७,८१७
६	११,५५,०००	१२,६७,६१७	३,८५,०००	१,३८,६००	५,२३,६००	७,७०,०००	७,४४,०१७
७	७,७०,०००	१२,६७,६१७	३,८५,०००	९२,४००	४,७७,४००	३,८५,०००	७,९०,२१७
८	३,८५,०००	१२,६७,६१७	३,८५,०००	४६,२००	४,३१,२००	०	८,४६,४१७

❖❖❖

दुग्ध व्यवसाय

प्रस्तावना

दुग्ध व्यवसाय हा पारंपरिकरीत्या शेतीसाठी एक उत्तम जोडधंदा मानला जातो. यातून दुधाच्या उत्पन्नाशिवाय शेतीसाठी शेणखतांचीही पूर्तता होते. या उत्तम अशा सेंद्रिय खतामुळे शेतजमिनीचा पोत सुधारतो. पर्यायाने पिकांच्या उत्पादनामध्ये वाढ होण्यास मदत होते. यासोबत गोबरगॅस प्लँटची उभारणी केल्यास घरगुती इंधनामध्ये बचत होऊ शकते. यापासून जनरेटर चालवून विजेची उपलब्धताही होऊ शकते. शेतातील गवताचे व पिकांचे अवशेष हेच पशुखाद्य म्हणून वापरता येतात. त्यामुळे खर्चामध्ये मोठी बचत होते.

हंगामी आणि हवामानावर आधारित अशा शेती व्यवसायाला शाश्वतता आणण्यासाठी दुग्धव्यवसाय महत्त्वाचा ठरू शकतो. भारतामध्ये दुभत्या जनावरांची संख्या जागतिक पातळीवर सर्वाधिक आहे.

अ) संकरित गाय प्रकल्प

तांत्रिक बाबी

- जागा,जमिनीची मालकी,एकूण क्षेत्र,जमिनीची प्रत,पाण्याचा निचरा,जमिनीचा चढ-उतार,जमिनीचा नकाशा,रस्त्याची सोय इत्यादी
- संकरित गायींची जात,संख्या,उपलब्धता,वाहतूक इत्यादी
- शेड,शेडचा आकार (गायींची व वासरांची संख्या विचारात घेऊन),शेडचे क्षेत्र,साहित्य व खाद्य यासाठी लागणारी जागा इत्यादी
- आवश्यक साहित्य : दूध कॅन,कडबाकुट्टी मशीन,शीत कपाट वगैरे
- दूध उत्पादनातील मानदंड : हिरवा चारा,कडबा यांचे दूधकाळात प्रमाण तसेच भाकड काळातील प्रमाण,दुधाचे दिवस व भाकड दिवस,दूध उत्पादन,गर्भाधारणेचे प्रमाण,गाय व वासरांचे मृत्यूचे प्रमाण
- हिरवा चारा व कडबा तसेच पशुखाद्य यांची उपलब्धता
- पशुवैद्यकीय सुविधा,कृत्रिम रेतनची सोय व उपलब्धता
- मजूर : कुशल व अकुशल मजुरांची उपलब्धता
- वीज व पाणी यांची सोय

- दूध विक्रीची सोय
- विमा : जनावरांचा,साहित्याचा व मशिनरींचा

आर्थिक बाबी

- संकरित गायींची जात,संख्या,गायींची किंमत व वाहतूक खर्च
- शेड,साहित्य व खाद्य यासाठी लागणारी खोली यांचा बांधकाम खर्च
- साहित्य : दूध कॅन,कडबाकुट्टी मशीन,शीत कपाट यासाठी लागणारा खर्च
- हिरवा चारा व कडबा तसेच पशुखाद्य यांची खरेदी किंमत
- पशुवैद्यकीय खर्च
- मजूर : कुशल व अकुशल मजुरांवरील खर्च
- वीज व पाणी यांवरील खर्च
- दूध विक्री दर
- विमा दर
- कर्ज रक्कम
- स्वत:चे भांडवल (Margin Money)
- नफा-तोटा पत्रक व आर्थिक मानदंड (B/C Ratio & IRR)

व्यवस्थापकीय बाबी

- कर्जदार/अर्जदार यांविषयी माहिती
- स्वत:चे भांडवल
- दुग्ध व्यवसायातील अनुभव
- दुग्ध व्यवसाचे प्रशिक्षण
- शासन / नाबार्ड (NABARD) याकडून अर्थसाहाय्य / अनुदान (Subsidy)

  बँक कर्जाबाबत

  १. प्रकल्प किंमत
  २. स्वत:चे भांडवल
  ३. कर्ज रक्कम
  ४. व्याज दर
  ५. कर्ज तारण
  ६. कर्जची परतफेड
  ७. शासकीय / नाबार्डकडून अर्थसाहाय्य / अनुदान

परिशिष्ट १ : संकरित गाय प्रकल्प (Cross Bred Cow)

क्र.	बाबी	एकूण
१	प्रकल्प आकार - गायींची संख्या	५०
२	प्रकल्प किंमत (रुपये)	५६,२५,०००
३	बँक कर्ज ८०% (रुपये)	४५,००,०००
४	स्वत:ची रक्कम २०% (रुपये)	११,२५,०००
५	कर्ज परतफेडीचा कालावधी (वर्षे)	५
६	व्याज दर (%)	१२

परिशिष्ट २ : तांत्रिक-आर्थिक मापदंड

१	एका गायीची किंमत (रु.)	६०,०००
२	प्रत्येक गायीचे सरासरी दूध उत्पादन (लीटर)	१२
३	दूध विक्रीची किंमत दर लीटर (रु.)	३०
४	चारा लागवड (एकर)	१०
५	शेड बांधकाम (दर चौफू)	३००
६	चारा लागवड खर्च (प्रत्येक किलोग्रॅम)	०.५०
७	कडबा किंमत (रु.)	४.००
८	पशुखाद्य किंमत (रु.)	१८.००
९	पशुवैद्यकीय खर्च प्रत्येक गायीसाठी (रु.)	१,०००
१०	पाणी व वीज यावरील खर्च (वार्षिक)	१,०००
११	दर वर्षाचा विमा प्रीमियम रक्कम (%)	५
१२	मजुरांवरील खर्च (रु.) वार्षिक दर मजुरांचा	७२,०००
१३	रिकाम्या बारदानाची विक्री किंमत	१०
१४	दुधाचे दिवस	३००
१५	भाकड दिवस	६५
१६	चारा खाद्य प्रमाण : प्रत्येक गायीसाठी (किग्रॅ दर दिवशी)	३२
१७	कडबा प्रमाण : प्रत्येक गायीसाठी (किग्रॅ दर दिवशी)	४.२५

१८	खाद्य प्रमाण : प्रत्येक गायीसाठी (किग्रॅ दर दिवशी)	५.००
१९	चारा खाद्य प्रमाण : प्रत्येक गायीसाठी (किग्रॅ दर दिवशी)	२७
२०	कडबा प्रमाण : प्रत्येक गायीसाठी (किग्रॅ दर दिवशी)	७.२५
२१	खाद्य प्रमाण : प्रत्येक गायीसाठी (किग्रॅ दर दिवशी)	१.००
२२	दूध काढण्याचे यंत्र संच (जनरेटरसह)	५०,०००
२३	गायी खरेदी दोन संचात (५ गायी + ५ गायी)	६ महिन्यांनंतर

परिशिष्ट ३ : दुधाच्या कालावधीचा तक्ता

क्र.	गायींची संख्या	वर्ष १		२		३	
		दुधाचे दिवस	भाकड दिवस	दुधाचे दिवस	भाकड दिवस	दुधाचे दिवस	भाकड दिवस
१	२५	७५००	१६२५	७५००	१६२५	७५००	१६२५
२	२५	४५००	०	७५००	१६२५	७५००	१६२५
३	एकूण दिवस	१२०००	१६२५	१५०००	३२५०	१५०००	३२५०

क्र.	गायींची संख्या	४		५	
		दुधाचे दिवस	भाकड दिवस	दुधाचे दिवस	भाकड दिवस
१	२५	७५००	१६२५	७५००	१६२५
२	२५	७५००	१६२५	७५००	१६२५
३	एकूण दिवस	१५०००	३२५०	१५०००	३२५०

परिशिष्ट ४ : खाद्य व चारा प्रमाण

क्र	चारा खाद्य	दर (रु./ किग्रॅ)	दररोजचे प्रमाण		वर्ष १		वर्ष २	
			दुधाचे दिवस (किग्रॅ)	भाकड दिवस (किग्रॅ)	दुधाचे दिवस (रुपये)	भाकड दिवस (रुपये)	दुधाचे दिवस (रुपयें)	भाकड दिवस (रुपयें)
१	हिरवा	०.५०	३२	२७	१,९२,०००	२१,९३८	२,४०,०००	४३,८७५
२	कडबा	४	४.२५	७.२५	२,०४,०००	४७,१२५	२,५५,०००	९४,२५०
३	खाद्य	१८	५	१	१३,५०,०००	२९,२५०	१३,५०,०००	५८,५००
		एकूण	**१४,७६,०००**	**९८,३१३**	**१८,४५,०००**	**१,९६,६२५**	**१८,४५,०००**	**१,९६,६२५**

क्र	चारा खाद्य	वर्ष ३		वर्ष ४		वर्ष ५	
		दुधाचे दिवस (रुपये)	भाकड दिवस (रुपये)	दुधाचे दिवस (रुपये)	भाकड दिवस (रुपये)	दुधाचे दिवस (रुपये)	भाकड दिवस (रुपयें)
१	हिरवा	२,४०,०००	४३,८७५	२,४०,०००	४३,८७५	२,४०,०००	४३,८७५
२	कडबा	२,५५,०००	९४,२५०	२,५५,०००	९४,२५०	२,५५,०००	९४,२५०
३	खाद्य	१८,८०,०००	५८,५००	१३,५०,०००	५८,५००	१३,५०,०००	५८,५००
		१८,४५,०००	**१,९६,६२५**	**१८,४५,०००**	**१,९६,६२५**	**१८,४५,०००**	**१,९६,६२५**

परिशिष्ट ५ : स्थिर भांडवल खर्च

क्र.	स्थिर भांडवल बाबी	प्रमाण	खर्च (रुपये)	एकूण (रुपये)
१	गायी खरेदी खर्च	५० संख्या	६०,०००	३०,००,०००
२	शेड बांधकामाचा खर्च	६५०० चौ.फू.	३००	१९,५०,०००
३	दूध उत्पादन साहित्य	एक संच	५,५०,०००	५,५०,०००
४	कडबाकुट्टी किंमत	एक संच	१,००,०००	१,००,०००
५	चारा लागवड खर्च	१० एकर	५,०००	५०,०००
	एकूण			**५६,५०,०००**

परिशिष्ट ६ : उत्पन्न व खर्च ताळेबंद

क्र.	बाबी	वर्ष १	वर्ष २	वर्ष ३	वर्ष ४	वर्ष ५
१	**भांडवली खर्च (रु.)**	५६,५०,०००				
२	**खेळते भांडवल**					
	दूध काळातील खाद्य (रु.)	१४,७६,०००	१८,४५,०००	१८,४५,०००	१८,४५,०००	१८,४५,०००
	भाकड काळातील खाद्य (रु.)	९८,३१३	१,९६,६२५	१,९६,६२५	१,९६,६२५	१,९६,६२५
	वैद्यकीय खर्च (रु.)	५०,०००	५०,०००	५०,०००	५०,०००	५०,०००
	वीज व पाणी खर्च (रु.)	५०,०००	५०,०००	५०,०००	५०,०००	५०,०००
	विमा (रु.)	१,५०,०००	१,५०,०००	१,५०,०००	१,५०,०००	१,५०,०००
	मजुरांवरील खर्च (रु.)	५,००,०००	५,००,०००	५,००,०००	५,००,०००	५,००,०००
	एकूण (रु.)	२३,२४,३१३	२७,९१,६२५	२७,९१,६२५	२७,९१,६२५	२,७९१,६२५
३	**उत्पन्न**					
	दूध विक्री (रु.)	४३,२०,०००	५४,००,०००	५४,००,०००	५४,००,०००	५४,००,०००
	रिकाम्या बारदानाची विक्री (रु.)	१२,३२५	१५,६५०	१५,६५०	१५,६५०	१५,६५०
	एकूण (रु.)	४३,३२,३२५	५४,१५,६५०	५४,१५,६५०	५४,१५,६५०	५४,१५,६५०
	निव्वळ उत्पन्न (रु.)	२०,०८,०१२	२६,२४,०२५	२६,२४,०२५	२६,२४,०२५	२६,२४,०२५

परिशिष्ट ७ : आर्थिक निर्देशक (Financial Indictors)

स्थिर भांडवल (रु.)	५६,५०,०००				
खेळते भांडवल (रु.)	२३,२४,३१३	२७,९१,६२५	२७,९१,६२५	२७,९१,६२५	२७,९१,६२५
उत्पन्न (रु.)	४३,३२,३२५	५४,१५,६५०	५४,१५,६५०	५४,१५,६५०	५४,१५,६५०
निव्वळ उत्पन्न (रु.)	– २०,०८,०१२	२६,२४,०२५	२६,२४,०२५	२६,२४,०२५	२६,२४,०२५
सूट घटक १५%	०.८७	०.७६	०.६६	०.५७	०.५०
सूट खर्च (रु.)	६९,३७,६५२	२१,२१,६३५	१८,४३,१३२	१५,९१,२२६	१३,९५,८१२
सूट उत्पन्न (रु.)	३७,६९,१२२	४१,१५,८९४	३५,७४,३२९	३०,८६,९२०	२७,०७,८२५
निव्वळ मूल्य (रु.)	१३,१२,०१३				
उत्पन्न व खर्च यांचे गुणोत्तर	१.२४:१				
सूट घटक ५०%	०.६७	०.४४	०.३०	०.२०	०.१३
सूट निव्वळ उत्पन्न (रु.)	– १३,४५,३६८	११,५४,५७१	७,८७,२०७	५,२४,८०५	३,४१,१०३
निव्वळ मूल्य (रु.)	१४,६२,३३८				
आयआयआर	५०% पेक्षा जास्त				

परिशिष्ट ८ : कर्ज परतफेड कोष्टक

वर्ष	कर्ज शिल्लक	उत्पन्न	व्याज	कर्ज हप्ता	कर्ज हप्ता व व्याज	निव्वळ उत्पन्न
१	३६,००,०००	२४,२३,३१३	५,४०,०००	९,००,०००	१४,४०,०००	९,८३,३१३
२	२७,००,०००	२७,९१,६२५	४,३२,०००	९,००,०००	१३,३२,०००	१४,५९,६२५
३	१८,००,०००	२७,९१,६२५	३,२४,०००	९,००,०००	१२,२४,०००	१५,६७,६२५
४	९,००,०००	२७,९१,६२५	२,१६,०००	९,००,०००	११,१६,०००	१६,७५,६२५
५	०	२७,९१,६२५	१,०८,०००	९,००,०००	१०,०८,०००	१७,८३,६२५

ब) देशी गायींचा प्रकल्प

भारतातील दुधाळ जनावरांचे सरासरी प्रति दिन दूध उत्पादन हे संकरित गाय ७ किलो, देशी गाय २.३६ किलो आणि म्हैस ४.८९ किलो असे आहे. देशी गायींचे दूध हे संकरित गाय व म्हैस यांच्यापेक्षा कमी आहे. मात्र, काटक जनावरे, उत्तम रोगप्रतिकारक शक्ती, कमी व्यवस्थापन, स्थानिक जाती, दुष्काळात तग धरण्याची क्षमता यांमुळे देशी गायीचे पालन अधिक उपयुक्त ठरू शकते. त्यात एकंदरित खर्चाचा विचार केला असता देशी गोपालन फायदेशीर ठरू शकते.

तांत्रिक व आर्थिक बाबींचे स्पष्टीकरण

देशी गायीच्या प्रकल्पामध्ये पुढे नमूद केलेल्या बाबींची सविस्तर माहिती देणे आवश्यक आहे.

१. **गायीची जात व उपलब्धता :** गायी संख्या, वय, गाभण स्थिती, गायीची किंमत, वाहतूक व्यवस्था, उपलब्धता व वाहतूक खर्च यांचा उल्लेख

२. **जागा व शेड :** गायींची व वासरांची संख्या विचारात घेऊन शेडचा आकार ठरवावा. त्यानुसार शेडचा आराखडा, कुंपणासह येणारा एकूण खर्च याचा उल्लेख करावा. ज्या जागेवर शेड उभारणार त्या जमिनीचा गट नंबर, क्षेत्र, जमिनीची प्रत, पाणी निचरा, जमिनीचा चढ-उतार यांची सविस्तर माहिती.

३. **हिरवा चारा, कडबा व खाद्य :** हिरवा चारा, कडबा व खाद्य याची उपलब्धता व त्यास येणारा खर्च यांची माहिती.

४. **पाणी व वीज :** शेडच्या जागी पाणी व वीज यांची उपलब्धता किंवा त्यांच्या उपलब्धतेसाठी येणारा खर्च याची माहिती.

५. **वाहतूक व्यवस्था :** खाद्य, हिरवा चारा व दूध विक्री यासाठी लागणारी वाहतूक व्यवस्था याविषयी माहिती.

६. **साहित्य व मशीनरी :** दुग्ध व्यवसायासाठी लागणारे साहित्य; उदाहरणार्थ, बादल्या, कॅन, ट्रे, तसेच कडबाकुट्टी मशीन, शीत कपाट, पाउच पॅकिंग मशीन इत्यादींची किंमत, कोठून घेणार याचे कोटेशन याची सविस्तर माहिती.

७. **मजूर :** आवश्यक त्या मजुरांची उपलब्धता व त्यावर येणारा खर्च याची माहिती

८. **विमा :** गायींचा पशुविमा तसेच शेड व इतर साहित्य यांचा विमा व त्यावर येणारा खर्च

९. **वैद्यकीय व्यवस्था :** पशुवैद्यकीय सुविधा, कृत्रिम रेतनासाठी किंवा नैसर्गिक गर्भधारणेसाठी सुविधा व त्यावरील येणारा खर्च यांची माहिती

१०. दूध विक्री व्यवस्था व विक्री किंमत या विषयीची सविस्तर माहिती

परिशिष्ट १ : चारा व खाद्य यांची किंमत व प्रमाण

खाद्य प्रकार	**दर (रु. / किग्रॅ)**	**खाद्य प्रकार**	**दर (रु. / किग्रॅ)**
हिरवा चारा	२.००	सरकी पेंड	१८.००
कडबा	५.००	गव्हाचा भुसा	१५.००
पशुखाद्य	२०.००	तूर चुनी	१४.००
प्रत्येक गायीला लागणारे खाद्य दररोज			
खाद्य प्रकार	**प्रमाण (किग्रॅ)**	**खाद्य प्रकार**	**प्रमाण (किग्रॅ)**
हिरवा चारा	२५.००	सरकी पेंड	०.५०
कडबा	१.००	गव्हाचा भुसा	१.००
पशुखाद्य	०.२५	तूर चुनी	१.५०
खाद्य प्रकार	**प्रमाण (किग्रॅ)**	**दर (रु. / किग्रॅ)**	**एकूण किंमत (रु.)**
हिरवा चारा	२५.००	२.००	५०.००
कडबा	१.००	५.००	५.००
पशुखाद्य	०.२५	२०.००	५.००
सरकी पेंड	०.५०	१८.००	९.००
गव्हाचा भुसा	१.००	१५.००	१५.००
तूर चुनी	१.५०	१४.००	२१.००
	एकूण	**१०५.००**	
एकूण किंमत (रु.)	१०५ × १० × ३६५ = ३,८३,२५०		
वासरांचे खाद्य	**वासरे**	**येणारा खाद्याचा खर्च (रु.)**	
पहिला संच	५	अर्धा गायीचा खर्च	२०,५५०
दुसरा संच	१०	एका गायीचा खर्च	४१,१००

खाद्य खर्च			
वर्ष	**गायी व वासरे**	**खाद्य खर्च (रु.)**	**एकूण (रु.)**
पहिले	५ गायी १२ महिने	१,९१,६२५ ९५,८१०	२,८७,४३५
	५ वासरे १२ महिने व ५ गायी ६ महिने	२०,५५० १०,२७५	३०,८२५
दुसरे	१० गायी	३,८३,२५०	
	१० वासरे	४१,१००	५,१८,१००
पहिले वर्ष एकूण	**रु. २,८७,४३५**	**दुसरे वर्ष एकूण**	**रु. ४,२४,३५०**

परिशिष्ट २ : स्थिर भांडवल

बाबी	प्रमाण	दर (रुपये)	किंमत (रुपये)
गायी	गीर गायी - १०	प्रत्येकी ७०,०००	७.००,०००
शेड व कंपाऊंड	६०० चौ.फू.	१५०	९०,०००
साहित्य	दर गायीप्रमाणे	प्रत्येकी १०००	१०,०००
एकूण			**८,००,०००**

परिशिष्ट ३

बाबी	प्रमाण प्रत्येकी	वर्ष १	वर्ष २	वर्ष ३	वर्ष ४	वर्ष ५	वर्ष ६	वर्ष ७
खेळते भांडवल								
खाद्य	परिशिष्ट क्र.१ प्रमाणे	२,८७,४३५	४,२४,३५०	४,२४,३५०	४,२४,३५०	४,२४,३५०	४,२४,३५०	४,२४,३५०
वैद्यकीय खर्च (रु.)	दरमहा १०	१२००	१२००	१२००	१२००	१२००	१२००	१२००
वीज व पाणी खर्च (रु.)	दरमहा ५	६००	६००	६००	६००	६००	६००	६००
विमा (रु.)	४%	२८,०००	२८,०००	२८,०००	२८,०००	२८,०००	२८,०००	२८,०००
मजुरी (दोन मजूर) (रु.)		४८,०००	४८,०००	४८,०००	४८,०००	४८,०००	४८,०००	४८,०००
एकूण (रु.)		३,१७,२३५	५,०२,१५०	५,०२,१५०	५,०२,१५०	५,०२,१५०	५,०२,१५०	५,०२,१५०
उत्पन्न								
दूध (रु.)		६,३०,०००	८,१०,०००	८,१०,०००	८,१०,०००	८,१०,०००	८,१०,०००	८,१०,०००
शेण खत (रु.)	दरमहा १०	१,२००	१,२००	१,२००	१,२००	१,२००	१,२००	१,२००
वासरांची विक्री (रु.)	१०,००० कालवड एकूण ५		५०,०००	५०,०००	५०,०००	५०,०००	५०,०००	५०,०००
एकूण उत्पन्न (रु.)		६,३१,२००	८,६१,२००	८,६१,२००	८,६१,२००	८,६१,२००	८,६१,२००	८,६१,२००
निव्वळ उत्पन्न (रु.)		३,१३,९६५	३,५९,०५०	३,५९,०५०	३,५९,०५०	३,५९,०५०	३,५९,०५०	३,५९,०५०

परिशिष्ट ४ : उत्पन्न व खर्च यांचे गुणोत्तर

बाबी/वर्ष	१	२	३	४	५	६	७
एकूण खर्च (रु.)	११,१७,२३५	५,०२,१५०	५,०२,१५०	५,०२,१५०	५,०२,१५०	५,०२,१५०	५,०२,१५०
एकूण उत्पन्न (रु.)	६,३१,२००	८,६१,२००	८,६१,२००	८,६१,२००	८,६१,२००	८,६१,२००	८,६१,२००
निव्वळ उत्पन्न (रु.)	(४,८६,०३५)	३,५९,०५०	३,५९,०५०	३,५९,०५०	३,५९,०५०	३,५९,०५०	३,५९,०५०
सूट एकक (१५%)	०.८६९६	०.७५६१	०.६६७५	०.५७१८	०.४९७२	०.४३२३	०.३७५९
सूट खर्च (रु.)	९,७१,५४७	१६,५७,४९६					
सूट उत्पन्न(रु.)	५,४८,८९१	२८,४२,६४८					
उत्पन्न व खर्च गुणोत्तर	३३,९१,५३९÷ २६,२९,०४३ =१.२९:१						
सूट एकक (४०%)	०.७१४३	१.५४८५					
सूट खर्च (रु.)	७,९८,०४०	७,७७,५७९	१५,७५,६१९				
सूट उत्पन्न(रु.)	४,५०,८६६	१०,४७,३९१	१४,९८,२५७	-७७३६२			
आयआरआर (शेकडा)	३७.७०%						

परिशिष्ट ५ : कर्जाची परतफेड

वर्ष	उत्पन्न (रु.)	कर्ज हप्ता (रु.)	व्याज (रु.)	हप्ता + व्याज (रु.)	शिल्लक कर्ज (रु.)	निव्वळ उत्पन्न (रु.)
१	३,१३,९६५	५३,६००	७४,८००	१,२८,४००	६,२६,४००	१,८५,५६५
२	३,५९,०५०	१,०४,४००	६८,९००	१,७३,३००	५,२२,०००	१,८५,७५०
३	३,५९,०५०	१,०४,४००	५७,४००	१,६१,८००	४,१७,६००	१,९७,२५०
४	३,५९,०५०	१,०४,४००	४५,९००	१,५०,३००	३१३,२००	२,०८,७५०
५	३,५९,०५०	१,०४,४००	३४,४५०	१,३८,८००	२,०८,८००	२,२०,२५०
६	३,५९,०५०	१,०४,४००	२२,९७०	१,२७,३७०	१०४,४००	२,३१,६८०
७	३,५९,०५०	१,०४,४००	११४८०	१,१५,३७०	०	२,४३,६८०

❖

क) म्हैसपालन प्रकल्प

म्हैसपालन हा व्यवसाय भारतातील शेतकऱ्यासाठी नवीन नाही. ग्रामीण भागात शेतकऱ्याच्या घरी म्हैसपालन हा त्याच्या जीवनाचा व शेतीचा अविभाज्य भागच आहे. हा व्यवसाय व्यापारी दृष्टिकोनातून तसेच मुऱ्हा, जाफराबादी, सुरती, पंढरपुरी अशा जातिवंत म्हशींचे पालन केल्यास हा एक उत्तम शेतीपूरक व्यवसाय होऊ शकतो.

म्हशीच्या दुधास चांगली मागणी आहे. म्हशीच्या दुधापासून बनवलेल्या दुग्धजन्य पदार्थांनाही मागणी आहे. या दुधात स्निग्ध पदार्थ व प्रथिने जास्त प्रमाणात असतात. त्यामुळे या दुधापासून बनवण्यात येणारे पदार्थ क्रीम, लोणी, तूप, चीज, दही, चक्का यांना चांगली मागणी आहे.

म्हशींच्या जाती महाराष्ट्रात उपलब्ध आहेत, तसेच या जातींची महाराष्ट्रातील हवामानात योग्य जोपासना केल्यास हा एक यशस्वी शेतीपूरक व्यवसाय ठरू शकतो.

तांत्रिक बाबी

- जागा, जमिनीची मालकी, एकूण क्षेत्र, जमिनीची प्रत, पाण्याचा निचरा, जमिनीचा चढ-उतार, जमिनीचा नकाशा, रस्त्याची सोय.
- म्हशींची संख्या, जात, वाहतूक उपलब्धता
- शेड, शेडचा आकार (म्हशींची व वासरांची सध्याची व संभाव्य संख्या लक्षात घेऊन), शेडचे क्षेत्र, साहित्य, व खाद्य यासाठी आवश्यक रिकामी जागा व बांधलेली जागा
- साहित्य : दूध कॅन, कडबा कुट्टी मशीन, शीत कपाट, वगैरे
- दूध उत्पादनातील मानदंड : हिरवा चारा, कडबा यांचे दूध काळातील व भाकड काळातील प्रमाण, दुधाचे दिवस व भाकड दिवस, दूध उत्पादन, गर्भधारणेचे प्रमाण, गाय व वासरांचे मृत्यूचे प्रमाण

- हिरवा चारा व कडबा तसेच पशुखाद्य यांची उपलब्धता
- पशुवैद्यकीय सुविधा व उपलब्धता
- मजूर : कुशल व अकुशल मजुरांची उपलब्धता
- वीज व पाणी यांची सोय
- दूध विक्रीची सोय
- विमा : जनावरांचा, साहित्याचा व मशिनरींचा

आर्थिक बाबी

- म्हशींची जात, संख्या, किंमत व वाहतूक खर्च
- शेड व साहित्य व खाद्य यासाठी गोदाम यांचा बांधकाम खर्च
- साहित्य : दूध कॅन, कडबाकुट्टी मशीन, शीत कपाट यासाठी लागणारा खर्च
- हिरवा चारा व कडबा तसेच पशुखाद्य यांची खरेदी किंमत
- पशुवैद्यकीय खर्च
- मजूर : कुशल व अकुशल मजुरावरील खर्च
- वीज व पाणी यांवरील खर्च
- दूध विक्री दर
- विमा दर
- कर्ज रक्कम
- स्वत:चे भांडवल
- नफा-तोटापत्रक व आर्थिक मानदंड

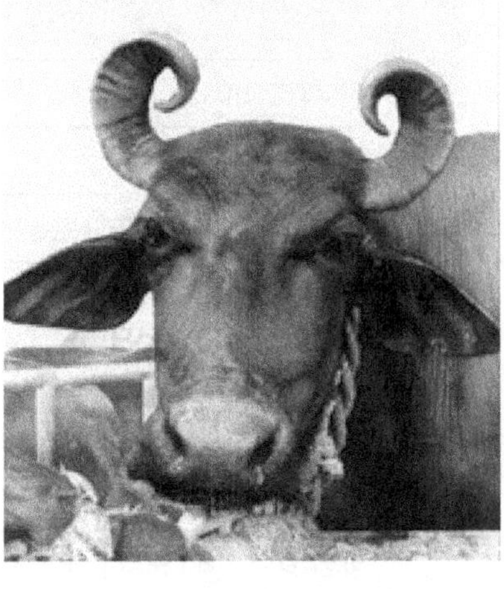

व्यवस्थापकीय बाबी

- कर्जदाराविषयी / अर्जदाराविषयी माहिती
- स्वत:चे भांडवल
- दुग्ध व्यवसायातील अनुभव
- दुग्ध व्यवसायाचे प्रशिक्षण
- शासन / नाबार्ड याकडून अर्थसाहाय्य / अनुदान
- बँक कर्जाबाबत : प्रकल्प किंमत, स्वत:चे भांडवल, कर्ज रक्कम, व्याज दर, कर्ज तारण, कर्जाची परतफेड, शासकीय / नाबार्डकडून अर्थसाहाय्य / अनुदान

कर्ज मंजुरी व कर्ज वाटप

- प्रकल्प तांत्रिकदृष्ट्या सक्षम व आर्थिकदृष्ट्या सबल आहे, याची खातरी पटल्यानंतर बँक कर्ज मंजूर करते.
- १० म्हशींपैकी पाचचे कर्ज प्रथम दिले जाते. उरलेल्या पाचचे कर्ज सहा महिन्यांनंतर दिले जाते.
- शेडसाठी कर्ज बांधकामाच्या प्रगतीनुसार दोन ते पाच हप्त्यांत वाटप केले जाते.
- कर्जाच्या रकमेचा विनियोग योग्य प्रकारे केले आहे का, याची तपासणी बँकेकडून वेळोवेळी केली जाते.

म्हैसपालन प्रकल्प (नमुना प्रकल्प अहवाल)

म्हशींची संख्या १०

परिशिष्ट १

बाबी	किंमत (रुपये)
स्थिर भांडवल	
१० म्हशींची किंमत (प्रत्येकी रु. ५०,०००)	५,००,०००
वाहतूक खर्च	१०,०००
शेड बांधकाम खर्च	६०,०००
लहान म्हशींसाठी शेड	२४,०००

परिशिष्ट २ : तांत्रिक व आर्थिक मानदंड

म्हशीची जात	मुरा
म्हशींची संख्या	१०
एका संचातील म्हशींची संख्या	५
एका म्हशीची किंमत (रु.)	५०,०००
खरेदीनंतर वाहतूक खर्च (प्रत्येकी) (रु.)	१,०००
सरासरी दररोज दूध उत्पादन (लीटर)	१०
शेडमधील एका म्हशीसाठी जागा (चौ.फू.)	५०
शेडमधील एका लहान म्हशीसाठी जागा (चौमी)	२०
शेड बांधकामाचा खर्च (रु./चौ.फू.)	१२०
कडबाकुट्टी मशीन (रु.)	५०,०००
प्रत्येक म्हशीमागे लागणारे साहित्य (रु.)	१,०००
विमा खर्च (% दर साल)	५
पशुवैद्यकीय खर्च : प्रत्येक म्हशीसाठी दर साल (रु.)	१०००
एका बारदानातील खाद्याचे वजन (किग्रॅ)	५०
खाद्याची किंमत (रु./किग्रॅ)	१२
कडब्याची किंमत (रु./किग्रॅ)	२

हिरवा चारा किंमत (रु./किग्रॅ)	१
मजुरांची संख्या	१
मजुरी दरमहा (रु.)	४,५००
वीज व पाणी खर्च प्रत्येक म्हशीसाठी / वार्षिक (रु.)	१५०
स्वतःचे भांडवल (%)	२५
परतफेड (वर्ष)	५
व्याज दर (%)	१२
दूध विक्रीचा दर (रुपये/लीटर)	२६
रिकाम्या बारदानाची किंमत (रु./प्रत्येक बारदान)	१०
दुधाचे दिवस	२७०
भाकड दिवस	१५०

परिशिष्ट ३ : खाद्य प्रमाण

खाद्यप्रकार	खाद्य दर (रु.)	दुधाचे दिवस		भाकड दिवस	
		किग्रॅ	रुपये	किग्रॅ	रुपये
पशुखाद्य	१२	५	६०	२	२४
हिरवा चारा	१	२५	२५	२०	२०
कडबा	२	४	८	५	१०
दररोजचा खर्च			**९३**		**५४**

परिशिष्ट ४ : एकूण खाद्य

वर्ष	दुधाचे दिवस (किग्रॅ)	भाकड दिवस (किग्रॅ)	एकूण (किग्रॅ)	बारदान संख्या
१	८,२५०	३००	८,५५०	१७१
२	११,२५०	२,७००	१३,९५०	२७९
३	११,२५०	२,७००	१३,९५०	२७९
४	१२,०००	२,४००	१४,४००	२८८
५	१२,०००	२,४००	१४,४००	२८८

परिशिष्ट ५ : दुधाचे दिवस व भाकड दिवस

वर्ष	संच १	संच २	संच १	संच २
	दुधाचे दिवस	दुधाचे दिवस	भाकड दिवस	भाकड दिवस
१	२४०	३०	९०	०
२	२४०	१२०	२१०	१५०
३	२१०	१५०	२४०	१२०
४	२१०	१५०	२७०	९०
५	२१०	१५०	२७०	९०

परिशिष्ट ६ : उत्पन्न व खर्च यांचा ताळेबंद

बाबी (रुपये)	वर्ष १	वर्ष २	वर्ष ३	वर्ष ४	वर्ष ५
दूध विक्री	४,२९,०००	५,८५,०००	५,८५,०००	५,८५,०००	६,२४,०००
रिकामे बारदान विक्री	१,७१०	२,७९०	२,७९०	२,८८०	२,८८०
एकूण उत्पन्न	४,३०,७१०	५,८७,७९०	५,८७,७९०	५,८७,८८०	६,२६,८८०
खाद्य व चारा खर्च (दुधाचे दिवस)	१,५३,४८०	२,०९,२५०	२,०९,२५०	२,२३,२००	२,२३,२००
खाद्य व चारा खर्च (भाकड दिवस)	८,१००	७२,९००	७२,९००	६४,८००	६४,८००
वैद्यकीय खर्च	१०,०००	१०,०००	१०,०००	१०,०००	१०,०००
मजुरी	५४,०००	५४,०००	५४,०००	५४,०००	५४,०००
वीज व पाणी	१,५००	१,५००	१,५००	१,५००	१,५००
विमा	२५,०००	२५,०००	२५,०००	२५,०००	२५,०००
एकूण खर्च	**२,५२,०५०**	**३,७२,६५०**	**३,७२,६५०**	**३,७८,५००**	**३,७८,५००**
निव्वळ उत्पन्न	**१,७८,६६०**	**२,१५,१४०**	**२,१५,१४०**	**२,०९,३८०**	**२,४८,३८०**

परिशिष्ट ७ : उत्पन्न व खर्च यांचे गुणोत्तर व आयआरआर

बाबी (रुपये)	वर्ष १	वर्ष २	वर्ष ३	वर्ष ४	वर्ष ५
स्थिर भांडवल	६,५४,०००				
खेळते भांडवल	२,५२,०५०	३,७२,६५०	३,७२,६५०	३,७८,५००	३,७८,५००
एकूण खर्च	९,०६,०५०	३,७२,६५०	३,७२,६५०	३,७८,५००	३,७८,५००
उत्पन्न	४,३०,७१०	५,८७,७९०	५,८७,७९०	५,८७,८८०	६,२६,८८०
निव्वळ उत्पन्न	**-४,७५,३४०**	**२,१५,१४०**	**२,१५,१४०**	**२,०९,३८०**	**२,४८,३८०**

सूट खर्च १५%	१७१९२५९.९२
सूट उत्पन्न १५%	१८५३२५८.०४
निव्वळ मूल्य	१३३९९८.११
उत्पन्न व खर्च यांचे गुणोत्तर	१.८:१
आयआरआर	३०%

परिशिष्ट ८ : कर्जाची परतफेड

वर्ष	कर्ज रक्कम (रु.)	उत्पन्न (रु.)	मुद्दल (रु.)	व्याज (रु.)	एकूण परतफेड (रु.)	शिल्लक (रु.)
१	४,९०,५००	१,७८,६६०	९८,१००	५८,८६०	१,५६,९६०	२१,७००
२	३,९२,४००	२,१५,१४०	९८,१००	४७,०८८	१,४५,१८८	६९,९५२
३	२,९४,३००	२,१५,१४०	९८,१००	३५,३१६	१,३३,४१६	८१,७२४
४	१,९६,२००	२,०९,३८०	९८,१००	२३,५४४	१,२१,६४४	८७,७३६
५	९८,१००	२,४८,३८०	९८,१००	११,७७२	१,०९,८७२	१,०९,८७२

❖❖❖

शेळीपालन प्रकल्प

बंदिस्त शेळीपाळन प्रकल्प

शेळी व मेंढी हे प्राणी भारतात कुरणातील चारा व झुडपे यावरच उदर्निर्वाह करतात. शेळी व मेंढी याकडे नैसर्गिक / पर्यावरणाचा नाश करणारा प्राणी यादृष्टीने पाहिले जाते. पण या प्राण्याची जोपासना बंदिस्त जागेत केली तर हा एक उत्तम शेतीपूरक व्यवसाय होऊ शकतो हे प्रयोगांती सिद्ध झाले आहे. त्यामुळे बंदिस्त शेळीपालनाचा प्रसार होऊ लागला आहे.

तांत्रिक व आर्थिक बाबींचे स्पष्टीकरण

शेळी प्रकल्पामध्ये पुढे नमूद केलेल्या बाबींची सविस्तर माहिती देणे आवश्यक आहे.

१. **शेळीची जात व उपलब्धता :** शेळीची संख्या, वय, गाभण स्थिती, अशा शेळीची किंमत, वाहतूक व्यवस्था, उपलब्धता व वाहतूक खर्च यांचा उल्लेख

२. **जागा व शेड :** शेळ्यांची, बोकडांची व कोकरांची संख्या विचारात घेऊन शेडचा आकार, शेडचा प्लॅन व त्याला येणारा खर्च यांचा उल्लेख. ज्या जागेवर शेड उभारणार त्या जमिनीची प्रत, पाणी निचरा, जमिनीचा चढ-उतार यांची सविस्तर माहिती

३. **हिरवा चारा, खाद्य व चराऊ कुरण :** हिरवा चारा, खाद्य व चराऊ कुरण याची उपलब्धता व त्यास येणारा खर्च यांची माहिती

४. **पाणी व वीज :** शेडच्या जागी पाणी व वीज यांची उपलब्धता व त्यावर येणाऱ्या खर्चाची माहिती

५. **वाहतूक व्यवस्था :** खाद्य, हिरवा चारा यांची खरेदी, शेळ्या व बोकड यांच्या विक्रीसाठी लागणारी वाहतूक व्यवस्था याविषयी माहिती

६. **मजूर :** आवश्यक त्या मजुरांची उपलब्धता व त्यावर येणाऱ्या खर्चाची माहिती

७. **विमा :** शेळी व बोकड यांचा पशुविमा तसेच शेड व इतर साहित्य यांचा विमा व त्यावर येणारा खर्च

बंदिस्त शेळीपालनाचे फायदे

१. शेलीपालन हा कमी भांडवल खर्चाचा प्रकल्प आहे.

२. शेळी हा कमी वयात उत्पादन देणारा प्राणी आहे. १० ते १२ महिन्यांत वयात येतो व १६ ते १७ महिन्यांत पिल्ले देतात.

३. दोन पिल्ले होतात हे स्वाभाविक.
४. दुष्काळग्रस्त भागात चांगल्या प्रकारे तग धरते. त्यामुळे जोखीम कमी आहे.
५. शेळी हा सहज हाताळण्याजोगा प्राणी आहे.
६. शेळी व बोकड यात व्यावसायिकदृष्ट्या विशेष फरक नाही.
७. काटेरी झुडपे, माळरानावरील वनस्पती, गवत, पिकाचे अवशेष यावर शेळी उदरनिर्वाह करू शकते.
८. योग्य प्रकारे व्यवस्थापनाने शेळीपालन केल्यास नैसर्गिक आपत्तीचे नुकसान होण्यापासून बचाव होतो.
९. शेळ्या / बोकड यांच्या विक्रीबाबत सामाजिक / धार्मिक बंधने नाहीत.
१०. शेळीच्या दुधास मागणी असून शेळीचे दूध औषधी व पचनास सुलभ आहे.
११. शेळी व बोकड यांचे मटण चवीसाठी उत्कृष्ट आहे.
१२. मेंढीपालनपेक्षा दोन ते पाच पटीने शेळीपालन आर्थिकदृष्ट्या फायदेशीर आहे.
१३. शेळी / बोकड मांस विक्रीनंतर शिल्लक अवशेषांची विल्हेवाट लावणे सोपे व सोईस्कर आहे.
१४. शेळीचे दूध केव्हाही काढता येते, म्हणून त्याला 'चालणारा रेफ्रीजिरेटर' म्हणतात.
१५. ग्रामीण रोजगार निर्माण होतो.

तांत्रिक बाबी	आर्थिक बाबी
शेळीची जात व उपलब्धता	शेळी / बोकड खरेदी किंमत
जागा / शेड	शेड बांधणीचा खर्च
हिरवा चारा	हिरवा चारा खरेदी खर्च
खाद्य	खाद्य खर्च
पाणी व वीज उपलब्धता	वीज व पाणी खर्च
वाहतूक व्यवस्था	वाहतूक खर्च
मजूर उपलब्धता	मजुरांवरील खर्च
वैद्यकीय व्यवस्था	वैद्यकीय खर्च
विमा	विमा खर्च
उपलब्ध कुरण	प्रशिक्षण खर्च

परिशिष्ट १ : तांत्रिक व आर्थिक बाबींचा मानदंड

बाबी	नंबर / किंमत
एकूण शेळ्या	१००
एकूण बोकड	५
शेळी जोपासना शास्त्र	
वयात येण्याचा कालावधी (महिने)	१० ते १२
शेळ्यांचे दोन पिल्लातील अंतर (महिने)	८
करडांचे शेकडा प्रमाण	८५
दोन करडे होण्याची शक्यता (शेकडा प्रमाण)	६०
वर्षातून किती वेळा करडे होतात (दोन वर्षांतून तीन वेळा)	१.५
करडामध्ये शेळी व बोकड यांचे प्रमाण	१:१
मृत्यूचे प्रमाण शेकडा (शेळीमध्ये)	५
मृत्यूचे प्रमाण शेकडा (करडामध्ये)	१०
विक्रीचे वय (महिने)	८ते ९
खर्चाच्या बाबी	
बांधकामाचा खर्च (दर चौ.फूट) (रु.)	९०
साहित्य खर्च प्रत्येकी (रु.)	१२०
हिरवा चारा (वार्षिक) (रु.)	५०००
खाद्य (प्रति किग्रॅ)	१०
खाद्य	
शेळी (दोन महिन्यांसाठी) (किग्रॅ)	६.७५
बोकड (दोन महिन्यांसाठी) (किग्रॅ)	७
कोकरू किग्रॅ (एक महिन्यांसाठी) (किग्रॅ)	३.७५
मजूर	१
मजुरी (दरमहा रु.)	२०००
जागा (चौ.फूट / प्रत्येकी)	
शेळी	२०

बाबी	नंबर / किंमत
बोकड	१०
करडू	५
विमा (शेकडा) (रु.)	४
वैद्यकीय खर्च (वार्षिक / प्रत्येकी) (रु.)	२०
वीज व पाणी (प्रत्येकी /दरमहा) (रु.)	९०
उत्पन्न	
लहान शेळी विक्री (प्रत्येकी) (रु.)	४०००
लहान बोकड विक्री (प्रत्येकी) (रु.)	४५००
कर्ज परतफेड वर्षे	७
प्रथम कर्ज परतफेड	नाही
व्याज दर (दर साल दर शेकडा)	११

परिशिष्ट २ : शेळी / बोकड विक्री

वर्ष	विक्री (शेळी)	विक्री (बोकड)
१	०	०
२	७०	७०
३	१४०	१४०
४	७०	७०
५	१४०	१४०
६	७०	७०
७	१४०	१४०
८	७०	७०

परिशिष्ट ३ : शेळी / बोकड संख्या

वर्ष	सुरवातीची संख्या		नवीन कोकरांची संख्या		मृत्यू		विक्री		शिल्लक	
	शेळी	बोकड	शेळी	बोकड	शेळी	बोकड	शेळी	बोकड	शेळी	बोकड
१	१००	५	८०	८०	१०	१०	०	०	७०	७०
२	१००	५	१६०	१६०	२०	२०	७०	७०	१४०	१४०
३	१००	५	८०	८०	१०	१०	१४०	१४०	७०	७०
४	१००	५	१६०	१६०	२०	२०	७०	७०	१४०	१४०
५	१००	५	८०	८०	१०	१०	१४०	१४०	७०	७०
६	१००	५	१६०	१६०	२०	२०	७०	७०	१४०	१४०
७	१००	५	८०	८०	१०	१०	१४०	१४०	७०	७०

- शेळी ही दर आठ महिन्याला पिल्ले देते. म्हणजे दोन वर्षांत एका शेळीला तीनदा पिल्ले होतात. पहिल्या वर्षात झालेली पिल्ले (करडू) ही आठ महिन्यांनंतर विक्रीस उपलब्ध होतात. पहिल्या वर्षाची पिल्ले ही दुसऱ्या वर्षी विक्रीस उपलब्ध होणार आहेत. नंतर तिसऱ्या वर्षी दोनदा पिल्ले विक्रीस मिळतात. एक वर्षाआड दोनदा पिल्ले विक्रीस उपलब्ध होतात.
- वक्रीमध्ये दुसऱ्या वर्षी ७० शेळी + ७० बोकड आणि दुसऱ्या वर्षी १४० शेळी + १४० बोकड विक्री दाखवली आहे. याचप्रमाणे चार ते सात वर्षांमध्ये शेळी व बोकड यांच्या विक्रीची संख्या दर्शवण्यात आली आहे.

परिशिष्ट ४ : शेळ्या व बोकड यांच्या विक्रीतून येणारे उत्पन्न

वर्ष	शेळी विक्री	किंमत प्रत्येकी (रु.)	शेळी उत्पन्न (रु.)	बोकड विक्री	किंमत प्रत्येकी (रु.)	बोकड उत्पन्न	एकूण उत्पन्न (रु.)
१	०	४,०००	०	०	४,५००	०	०
२	७०	४,०००	२,८०,०००	७०	४,५००	३,१५,०००	५,९५,०००
३	१४०	४,०००	५,६०,०००	१४०	४,५००	६,३०,०००	११,९०,०००
४	७०	४,०००	२,८०,०००	७०	४,५००	३,१५,०००	५,९५,०००
५	१४०	४,०००	५,६०,०००	१४०	४,५००	६,३०,०००	११,९०,०००
६	७०	४,०००	२,८०,०००	७०	४,५००	३,१५,०००	५,९५,०००
७	१४०	४,०००	५,६०,०००	१४०	४,५००	६,३०,०००	११,९०,०००

परिशिष्ट ५ : प्रकल्प खर्च

क्र.	बाबी	बाब विशेष	संख्या	दर (रु.)	किंमत (रु.)
१	शेड				
	शेळी (१० चौ.फू. प्रत्येकी)		१००	९०/- चौ.फू.	२,७०,०००
	बोकड (२० चौ.फू. प्रत्येकी)		५		
	कोकरू (४ चौ.फू. प्रत्येकी)		१३०		
२	कंपाउंड साहित्य		१००	१२०	१२,०००
३	किंमत	शेळी	१००	१०,०००	१०,००,०००
		बोकड	५	१५,०००	७५,०००
४	विमा	वार्षिक		४%	३४,०००
५	वैद्यकीय खर्च	वार्षिक / प्रत्येकी	१०५	२०	२,१००
६	चारा (वार्षिक)	दरमहा		५,०००	६०,०००
७	खाद्य	दरमहा			
	शेळी (दोन महिने)	६,७५ किग्रॅ	१००	५	१०,०००
	बोकड (दोन महिने)	७.० किग्रॅ	५	१०	५००
	कोकरू (एक महिना)	३.७५ किग्रॅ	१३०	५	२,५००
८	मजुरी	दरमहा	१	२,०००	२४,०००
९	पाणी व वीज	प्रत्येकी / वार्षिक	१०५	९५	९,९००
	एकूण खर्च				**१५,००,०००**

एकूण खर्च : ५,००,०००
स्वत:चे भांडवल १५% : २,२६,०००
कर्ज रक्कम ८५% : २,७४,०००

परिशिष्ट ६ : जमा-खर्च : उत्पन्न व खर्च (रुपये)

क्र.	बाबी	वर्ष १	२	३	४	५	६	७
१	प्रकल्प किंमत							
	भांडवल	१३,५७,०००						
२	खेळते भांडवल							
	हिरवा चारा	६०,०००	६०,०००	६०,०००	६०,०००	६०,०००	६०,०००	६०,०००
	खाद्य	१३,०००	१५,५००	१३,०००	१५,५००	१३,०००	१५,५००	१३,०००
	वैद्यकीय खर्च	२,१००	२,१००	२,१००	२,१००	२,१००	२,१००	२,१००
	विमा	३४,०००	३४,०००	३४,०००	३४,०००	३४,०००	३४,०००	३४,०००
	वीज व पाणी	९,९००	९,९००	९,९००	९,९००	९,९००	९,९००	९,९००
	मजुरी	२४,०००	२४,०००	२४,०००	२४,०००	२४,०००	२४,०००	२४,०००
	एकूण खेळते भांडवल	१,४३,०००	१,४५,५००	१,४३,०००	१,४५,५००	१,४३,०००	१,४५,५००	१,४३,०००
	एकूण खर्च	१५,००,०००	१,४५,५००	१,४३,०००	१,४५,५००	१,४३,०००	१,४५,५००	१,४३,०००
३	शेळी व बोकड विक्री	०	५,९५,०००	११,९०,०००	५,९५,०००	११,९०,०००	५,९५,०००	११,९०,०००
	निव्वळ उत्पन्न	–१५०००००	४,४०,०००	१०,४७,०००	४,४०,०००	१०,४७,०००	४,४०,०००	१०,४७,०००

परिशिष्ट ७ : कर्जाची परतफेड

वर्ष	उत्पन्न (रु.)	कर्ज हप्ता (रु.)	व्याज (रु.)	एकूण परतफेड (रु.)	शिल्लक कर्ज (रु.)	निव्वळ उत्पन्न (रु.)
१	०	०	१,४०,०००	०	१२,७४,०००	०
२	४,४०,०००	१,४२,०००	१.४०,०००	२,८२,०००	११,३२,०००	१,५८,०००
३	१०,४७,०००	२,८४,०००	१,२४,५००	५,४८,५००	८,४८,०००	४,९८,०००
४	४,४०,०००	१,४२,०००	९३,३००	२,३५,३००	७,०६,०००	२,०४,७००
५	१०,४७,०००	२,८४,०००	७७,७००	३,६१,७००	४,२२,०००	६,८५,३००
६	४,४०,०००	१,४२,०००	४६,४००	१,८८,४००	२,८०,०००	२,५१,०००
७	१०,४७,०००	२,८०,०००	३०,८००	३,१०,०००	०	७,३६,२००
		१२,७४,०००				

परिशिष्ट ८ : उत्पन्न व खर्च यांचे गुणोत्तर (रुपये)

उत्पन्न व खर्च	वर्ष १	वर्ष २	वर्ष ३	वर्ष ४	वर्ष ५	वर्ष ६	वर्ष ७	एकूण
एकूण उत्पन्न (रु.)	१५,००,०००	१,४५,५००	१,४३,०००	१,४५,५००	१,४३,०००	१,४५,५००	१,४३,०००	
निव्वळ उत्पन्न (रु.)	०	४,४०,०००	१०,४७,०००	४,४०,०००	१०,४७,०००	४,४०,०००	१०,४७,०००	
सूट घटक १५%	०.८६९	०.७५६१	०.६५७५	०.५७१८	०.४९७२	०.४३२३	०.३७५९	
सूट खर्च (रु.)	१३,०३,५००	१,१०,०१२	९४,०२२	८३,१९७	७१,०००	६२,९००	५३,७५४	१७,७८,३८५
सूट उत्पन्न (रु.)	०	३,३२,६८४	६,८८,४०२	२,५१,५९२	५,२०,५६८	१,९०,२१२	३,९३,५६७	२३,७७,०२५
सूट घटक ५०%	०.६६६७	०.४४४४	०.२९६३	०.१९७५	०.१३१७	०.०८७५	०.०५८५	
सूट खर्च	१०,००,०५०	६४,६६०	४२,३७०	२८,७३६	१८,८३३	१२,७३१	८,३६५	११,७५,७४५
सूट उत्पन्न (रु.)	०	१,९५,५३६	३,१०,२२६	८६,९००	१,३७,८९०	३८,५००	६१,२५०	८,३०,३०२
उत्पन्न व खर्च गुणोत्तर	१.३४ : १							–३,४५,४४३
आयआरआर*	५० - १५ × (५९,६४० -३५,५,४२९) = ३७%							

- कर्जाची परतफेड ही शेळीच्या पिल्ले देण्याच्या व विक्रीसाठी बोकड व शेळ्या उपलब्धतेप्रमाणे एक वर्षाआड जास्त दाखवली आहे.

उत्पन्न व खर्च यांचे गुणोत्तर १.३४:१ व आयआरआर ३७% म्हणून हा बंदिस्त शेळी प्रकल्प आर्थिकदृष्ट्या सक्षम आहे.

❖❖❖

कृषी पर्यटन

संकल्पना

'कृषी पर्यटन' या शब्दातील 'कृषी' या शब्दाला व्यापक अर्थ आहे. कारण त्यामध्ये शेतीशी संबंधित सर्व पिके आणि त्याच्यावर आधारित व संलग्न उद्योग यांचा समावेश होतो. पिकांमध्ये तृणधान्ये, कडधान्ये, भाजीपाला, फळबागा, औषधी वनस्पती, जंगली वनस्पती, फुलझाडे, ऊस, कापूस, चहा, रबर, कॉफी लागवड यांचा; तर कृषीपूरक व्यवसायामध्ये गोपालन, कुक्कुटपालन, शेळी-मेंढीपालन, मत्स्यपालन, मधुमक्षिकापालन अशा अनेक व्यवसायांचा समावेश होतो.

पर्यटन म्हणजे सामान्यतः सहल, फेरफटका, भ्रमंती. यामुळे अनुभव, शिक्षण, निरीक्षण, अभ्यास, मनोरंजन व आनंद मिळतो. कृषी पर्यटनामध्ये शेतीविषयक माहिती, ग्रामीण जीवनाची जवळीक, ग्रामीण खाद्य संस्कृतीचे दर्शन यांचा समावेश होतो

वाढत्या शहरीकरणाबरोबर शहरवासीय विशेषतः नवीन पिढी ग्रामीण भागापासून तुटत गेली. ग्रामीण संस्कृती व शहरी संस्कृती यात दरी वाढत चालली आहे. मात्र, शहरी पिढीमध्ये अजूनही ग्रामीण संस्कृतीची ओढ आहे हे जाणवून येते. याचमुळे कृषी पर्यटन ही संकल्पना उदयास आली. कृषी पर्यटनांच्या वाढीस भरपूर संधी आहेत. महाराष्ट्र शासनाच्या पर्यटन धोरणामध्येही कृषी पर्यटनाच्या आवश्यकतेचा उल्लेख असून, २०२५पर्यंत यातून मोठ्या प्रमाणात रोजगार उपलब्ध होणार असल्याचे नमूद केले आहे. शासनाने कृषी पर्यटनाला चालना देण्यासाठी पाचवी ते दहावीच्या विद्यार्थ्यांच्या सहली कृषी पर्यटन केंद्रामध्ये नेण्यासाठी राज्यातील शाळांना सूचना दिल्या आहेत. यावरूनच कृषी पर्यटनाचे महत्त्व जाणवते.

कृषी पर्यटक कोण ?

कृषी पर्यटक हे प्रामुख्याने शहरातील सुशिक्षित, मध्यमवर्गीय, उच्च मध्यमवर्गीय असतात. हा वर्ग आपल्या व्यवसायात, नोकरीत प्रचंड व्यस्त असतो, त्यामुळे मिळालेल्या सुट्ट्यांचा कालावधी त्याला कुटुंबासमवेत घालवायचा असतो. असे त्याला महिन्यातून चार ते आठ दिवस मिळतात. शहरी मॉलमध्ये फिरण्यातही काही काळानंतर तोचतोचपणा आलेला असतो. अशा वेळी किमान एक दिवस तरी कुटुंबासमवेत शहराबाहेर निसर्गामध्ये व्यतीत करावा वाटतो. अशा वेळी कृषी पर्यटन हा उत्तम पर्याय ठरू शकतो. यातून पुढील पिढीला ग्रामीण संस्कृतीची ओळखही करून देता येते.

कृषी पर्यटनाची त्रिसूत्री

१. अतिथी देवो भव : पर्यटकांचे आदरातिथ्य हे कृषी पर्यटनाचे प्रमुख सूत्र आहे.

२. खाद्य संस्कृती दर्शन : पर्यटकांना ग्रामीण खाद्य संस्कृतीचा अनुभव देणे.

३. ग्रामीण संस्कृती दर्शन : ग्रामीण राहणीमान, कुटुंब व्यवस्था, नैसर्गिक वातावरणाचा अनुभव, पर्यटकांचा वास्तव्यकाळ आनंदी, सुखकर व तणावमुक्त करणे.

कृषी पर्यटन इतर पर्यटनापेक्षा वेगळे कसे ?

१. ग्रामीण संस्कृती दर्शन : ग्रामीण जीवन, शेती व्यवसाय, ग्रामीण खाद्य संस्कृती यांचा जवळून अनुभव घेता येतो.

२. विश्रांतीची जागा : शहरापासून दूर, शांत, नैसर्गिक वातावरण, शुद्ध हवा, निसर्गाच्या सान्निध्यात राहता येते.

३. ग्रामीण कुटुंबाशी जवळीक साधता येते.

४. भटकंतीसाठी, खेळासाठी भरपूर जागा, करमणुकीसाठी भरपूर गोष्टी मिळतात.

- **कृषी पर्यटन :** छोट्या प्रमाणात ग्रामीण कृषी व संस्कृती दर्शन घडवण्याचे कार्य शेतकरी स्वतःच्या शेतीमधून पर्यटकांना देतो.
- **निसर्ग पर्यटन (Eco Tourism) :** शेतातील निसर्गाचे दर्शन हेच निसर्ग पर्यटन होय.
- **शेती :** शेती व्यवसायाबरोबरच हा पर्यटन व्यवसाय करता येतो. शेतीमधील विविध घटकांसोबतच निसर्गाची ओळख करून देता येते.
- **शेती सेवा :** पर्यटकांना काही सेवा, सुविधा तयार करून द्याव्या लागतात. मात्र, बहुतांश शेतीशी सेवा ग्रामीण भागांमध्ये उपलब्ध असतात.
- **शेतीशिवाय सेवा :** पर्यटकांसाठी सर्वात महत्त्वाचे म्हणजे स्वच्छ, सुंदर राहण्याची जागा, स्वच्छ पाणी पुरवठा, सातत्यपूर्ण वीज, त्यांची सुरक्षितता या बाबी पुरवण्याची आवश्यकता असते.
- **शेतमाल विक्री :** शेतीतील उत्तम माल– स्वच्छ, पौष्टिक धान्य, ताज्या पालेभाज्या, फळभाज्या, विविध पदार्थ उपलब्ध करून देणे.
- **विविधता :** निवास व्यवस्था व विविध खेळ यामध्ये गरजेनुसार बदल किंवा विविधता असावी. वारंवार येणाऱ्या पर्यटकांना प्रत्येक वेळी विविधता आढळली पाहिजे.
- **पर्यटकांचे गट :** (१) लहान कुटुंब (२ + २) (२) छोटा समूह (१० ते २५). मित्र परिवार, कुटुंब परिवार, स्त्रियांचा गट, ज्येष्ठ नागरिक गट (३) मोठा गट - शाळा गट (२५ ते १००)

कृषी पर्यटनाचे उत्पन्न

कृषी पर्यटनामध्ये पर्यटकांकडून मिळणारे उत्पन्न हे पूरक उत्पन्न आहे. पर्यटन हा मुख्य व्यवसाय नाही. शेती हाच मुख्य व्यवसाय व उत्पन्नाचे साधन असते.

कृषी पर्यटनामध्ये उत्पन्नाच्या बाबी

अ) मुख्य उत्पन्न

१. प्रवेश फी

२. दिवसभर भेटीची फी

३. एक दिवस राहण्यासाठी / भेटीची फी

४. शेतातील फळे, भाजी, धान्य यांच्या विक्रीतून येणारी रक्कम

ब) अतिरिक्त उत्पन्न

१. काही विशेष बाबींसाठी लागणारी फी. उदाहरणार्थ, कुंभारकाम, ग्रामीण पोषाख भाडे (फेटा, नऊवारीसाठी, नथ, ठुशी, अन्य दागिन्यांसाठीचे भाडे)

२. पर्यटकांच्या गरजेनुसार पर्यटन स्थळांपर्यंत येण्यासाठी किंवा परत जाण्यासाठी वाहन व्यवस्था केल्यास त्यासाठी योग्य ते भाडे

३. एक दिवसापेक्षा जास्त दिवस पर्यटक राहणार असल्यास त्याचे भाडे

४. शालेय विद्यार्थ्यांकडून वेगळी फी-रचना आखावी लागते. हे विशेषतः सहलीतून १०० किंवा त्यापेक्षा अधिक अशा संख्येने येत असल्याने त्यांच्यासाठी खास सवलत देण्याची व्यवस्था करावी लागते.

५. येणाऱ्या पर्यटकांसाठी अन्य पदार्थांच्या जाहिराती करण्यासंदर्भात कंपन्यांकडून काही रक्कम मिळू शकते.

६. खाद्य पदार्थांव्यातिरिक्त काही विशेष वस्तू विक्रीसाठी ठेवल्या तर त्यातून उत्पन्न मिळू शकते. (उदाहरणार्थ, पक्ष्यांची घरटी, गोफण, गलोल, विटी-दांडू, भोवरे)

नमुना प्रकल्प अहवाल

पुढे दिलेल्या नमुना प्रकल्प अहवालामधील तांत्रिक बाबी व गृहीतके

१. एक दिवसासाठी येणारे पर्यटक

- वेळ सकाळी ९.०० ते सायंकाळी ५.०० पर्यंत
- एक दिवसाची फी रुपये ६००
- आठवड्यात चार दिवस व दररोज सर्वसाधारणपणे ३० पर्यटक
- वर्षातून फक्त आठ महिने (पावसाळ्यात पर्यटक येत नाहीत.)

२. एक दिवस निवासी पर्यटक

- कुटीर (Cottages) संख्या ८
- एका कुटीरात दोघांची राहण्याची सोय
- एक दिवसाची फी प्रत्येकी रु. १२००/- (२४ तास)
- एका आठवड्यात ३२ पर्यटक (दोन दिवस, शनिवार व रविवार)
- वर्षातील आठ महिने (पावसाळ्यात निवासी पर्यटक येत नाहीत.)

३. वरीलप्रमाणे पर्यटक येणार असे गृहीत धरल्याने त्यांना आवश्यक बाबी

- निवासासाठी आठ कुटीरचे बांधकाम व त्या कुटीरमध्ये आवश्यक असे फर्निचर व इतर सोयी

- भोजनगृह : ५० पर्यटकांची भोजनाची व्यवस्था असणारे भोजनगृह व स्वयंपाकगृह तसेच त्यास लागणारे फर्निचर आणि स्वयंपाकाची साधनसामग्री, भांडी, उपकरणे इत्यादी
- पर्यटन केंद्राचे प्रवेशद्वार, स्वागत कक्ष, शेतातील धान्य, भाजीपाला यासाठी विक्री व्यवस्था
- स्वच्छतागृह (दोन : स्त्री व पुरुष यांच्यासाठी वेगळी व्यवस्था)
- जलतरण तलाव
- खेळाचे साहित्य
- ज्येष्ठांसाठी आरामदायक बैठक व्यवस्था

४. खर्चाच्या बाबी व उत्पन्नाच्या बाबी यांचे दर तसेच त्यांचे प्रमाण किंवा क्षेत्र

खर्च

- कुटीर संख्या आठ (आठपेक्षा जास्त झाल्यास टाउन प्लॅनिंगची परवानगी लागते)
- एका कुटीरचा आकार : प्रत्येकी १५० चौ.फू. : रु. १०००/- प्रत्येक चौ.फू.
- स्वयंपाकगृह व स्टोअर : १००० चौ.फू. : रु. ५००/- चौ.फू.
- भोजनगृह : ५०० चौ.फू. : रु. ४००/- चौ.फू.
- स्वागत कक्ष, विक्री व बैठक व्यवस्था : ५००/- चौ.फू. : रु. ६००/- चौ.फू.
- छत्री बैठक व्यवस्था : एकूण चार छत्र्या : रु. २५,०००/- प्रत्येकी
- जलतरण तलाव : २५० चौ.फू. : रु. १,००,०००/-
- स्वच्छतागृह (दोन) : रु. १,००,०००/-

उत्पन्न

- एक दिवसाचे पर्यटक : वेळ सकाळी ९.०० ते सायंकाळी ५.०० पर्यंत
- एक दिवसाची फी : रु. ६००/- प्रत्येकी (सकाळी नाश्ता, दुपारी जेवण, सायंकाळी चहा)
- पर्यटक येणार : आठवड्यातून चार दिवस, सरासरी ३० पर्यटक एका दिवशी, मासिक ४८० पर्यटक
- पर्यटक येणार : वर्षातून ८ महिने (पावसाळा सोडून)
- पर्यटक केंद्राची क्षमता : जास्तीत जास्त ५० पर्यटकांची
- एक दिवस निवासी पर्यटक : एकूण ८ कुटीर, १६ पर्यटकांची राहण्याची सोय
- एक दिवस निवासी पर्यटक येणार : वर्षातून ८ महिने (पावसाळा सोडून)
- एक दिवस निवासाची फी : रु. १२००/-
- मासिक ६४ पर्यटक व वर्षात ८ महिने : एकूण ५१२ पर्यटक
- शेतमाल विक्रीतून उत्पन्न
- एक कुटुंब शेतमाल विकत घेतील त्यातून मिळणारे उत्पन्न
- प्रत्येक कुटुंबापासून रु. ५०/-, एकूण कुटुंब संख्या १०० एका वर्षात

५. फर्निचर व इतर साहित्य

- कुटीरसाठी : एक डबल बेड, एक टेबल, दोन खुर्च्या
- भोजनगृहासाठी : १० टेबल, ५० खुर्च्या

- स्वयंपाकगृहासाठी : ५० पर्यटकासाठी भोजन तयार करण्यासाठी व भोजनासाठी लागणारी आवश्यक ती भांडी
- स्वयंपाकगृहासाठी लागणारी उपकरणे : फ्रीज, मिक्सर, मायक्रोवेव्ह, ओव्हन, कपाट, रॅक
- स्वागत कक्षासाठी : टेबल-खुर्च्या, बैठक व्यवस्था, शेतमाल विक्रीसाठी आवश्यक ते साहित्य, फर्निचर

६. कृषी पर्यटन प्रकल्पासाठी कर्ज

- कर्ज रक्कम : प्रकल्प खर्चाच्या ८०%
- स्वत:चे भांडवल : २०%
- व्याज दर १२% दर साल दर शेकडा
- परतफेड : ७ वर्षे, हप्ता सहामाही, पहिला हप्ता एक वर्षानंतर
- पहिल्या वर्षी फक्त व्याज भरायचे

परिशिष्ट १ : प्रकल्प खर्च

क्र.	बाबी	परिशिष्ट	खर्च (रुपये)
	स्थिर भांडवल	अ	
१	बांधकाम	१	२५,००,०००
२	फर्निचर	२	३,००,०००
३	विविध वस्तू	२	३,००,०००
४	खेळ साहित्य	२	१,००,०००
५	रस्ते, हिरवळ (Lawn)	२	२,००,०००
६	अकस्मात येणारा खर्च		१,००,०००
	एकूण		**३५,००,०००**
	खेळते भांडवल	ब	
१	प्रथम दोन महिन्यांसाठी लागणारे खेळते भांडवल		२,००,०००
	एकूण प्रकल्प खर्च		३७,००,०००
	बँक कर्ज रक्कम		३०,००,०००
	स्वत:चे भांडवल		७,००,०००
	परतफेड		७ वर्षे
	व्याज दर (दर साल)		१२%

परिशिष्ट २ : स्थिर भांडवल : १. बांधकाम

क्र.	बाबी	दर (रुपये)	खर्च (रुपये)
१	कुटीर : ८ कुटीर प्रत्येकी ५०० चौ. फू.	१०००/- दर चौ.फू.	१२,००,०००
२	स्वयंपाकघर, स्टोअर : १००० चौ.फू.	५००/- दर चौ.फू	५,००,०००
३	भोजनघर (५० व्यक्तींसाठी) : ५०० चौ.फू.	४००/- दर चौ.फू.	२,००,०००
४	स्वागत कक्ष* (१०-१५ व्यक्तींसाठी) : ५०० चौ.फू.	६००/- दर चौ.फू.	३,००,०००
५	छत्री बैठक व्यवस्था : (२ ते ४ व्यक्तींसाठी) ४ छत्र्या	प्रत्येकी २५,०००/-	१,००,०००
६	जलतरण तलाव : २५० चौ.फू.	अंदाजे	१,००,०००
७	स्वच्छतागृह : संख्या दोन (स्त्री व पुरुष यांच्यासाठी)	प्रत्येकी ५०,०००/-	१,००,०००
	एकूण		**२५,००,०००**
* स्वागत कक्ष : बैठक व्यवस्था १० ते १५ व्यक्तींसाठी विक्री व्यवस्था, स्वागत दरवाजा, पार्किंग नेम बोर्ड इत्यादी			

परिशिष्ट ३ : स्थिर भांडवल : २. फर्निचर इत्यादी

क्र.	बाबी	दर (रुपये)	खर्च (रुपये)
१	**फर्निचर**		
अ	प्रत्येक कुटीरसाठी (एकूण ८ कुटीर) : एक डबल बेड, एक टेबल, दोन खुर्च्या	कोटेशनप्रमाणे	१,००,०००
ब	भोजनगृहासाठी इतरत्र बैठक व्यवस्था : १० टेबल, ५० खुर्च्या, बैठक व्यवस्था	कोटेशनप्रमाणे	१,५०,०००
क	स्वागत कक्ष व विक्री व्यवस्था यासाठी : एक टेबल, दोन खुर्च्या, कपाट	कोटेशनप्रमाणे	२५,०००
ड	स्वयंपाकगृहासाठी : रॅक, कपाट, स्टँड	कोटेशनप्रमाणे	२५,०००
	एकूण		**३,००,०००**
२	**विविध वस्तू**		
	भोजनगृहासाठी लागणारी उपकरणे : फ्रीज, मिक्सर, फूड प्रोसेसर, ओव्हन, मायक्रोवेव्ह, वॉटर कूलर, वॉटर फिल्टर	कोटेशन प्रमाणे	३,००,०००

क्र.	बाबी	दर (रुपये)	खर्च (रुपये)
३	खेळाचे साहित्य : फूटबॉल, क्रिकेट, व्हॉलीबॉल, सायकल, बैलगाडी (बैलाशिवाय), पोहण्यासाठीचे साहित्य	कोटेशनप्रमाणे	१,००,०००
४	रस्ते, हिरवळ, प्रवेशद्वार इत्यादी		२,००,०००

परिशिष्ट ४ : खेळते भांडवल

क्र.	बाबी	दर (रुपये)	खर्च (रुपये)
१	मजूर	दरमहा	
१.१	स्वयंपाकगृहासाठी : ८ मजूर	६०००	४८,०००
१.२	कुटीरसाठी : २ मजूर	६०००	१२,०००
१.३	सुरक्षा व्यवस्था : २ रक्षक	४०००	८,०००
१.४	मदतनीस (Helper) संख्या : ४	२०००	८,०००
१.५	रक्षक व मदतनीस यांचा खर्च : १२ महिने (वार्षिक)	१६००० × १२	१,९२,०००
१.६	स्वयंपाक व कुटीर यासाठी मजूर : ८ महिने (वार्षिक)	६०, ००० × ८	४,८०,०००
	एकूण		**६,७२,०००**
२	वीज व पाणी (वार्षिक)	५००० दरमहा	६०,०००
३	कच्चा माल, भाजीपाला वगैरे (वार्षिक)	१,००,००० दरमहा	१२,००,०००
४	जाहिरात खर्च (वार्षिक)	वार्षिक	२,००,०००
५	अकस्मात खर्च (वार्षिक)	वार्षिक	१,००,०००
	एकूण (वार्षिक)		**२२,३२,०००**

परिशिष्ट ५ : उत्पन्न

क्र.	बाबी	दर (रुपये)	वार्षिक उत्पन्न (रुपये)
१	एक दिवसाचे पर्यटक पर्यटक आठवड्यातून ४ दिवस, प्रत्येक दिवशी ३० पर्यटक, मासिक ८०० पर्यटक वर्षातून ८ महिने (६०० × ४८० × ८)	६००/- दररोज	२३,०४,०००
२	एक दिवस निवासी पर्यटक प्रत्येक आठवड्यात शनिवार व रविवार या दिवशी २ पर्यटक, प्रत्येक कुटीरसाठी, महिन्यात ६४ निवासी पर्यटक, वर्षातील ८ महिन्यांत (१२०० × २ × ६४ × ८)	१२००/-	१२,२८,८००
३	शेतमाल विक्रीतून प्रत्येक कुटुंबाकडून येणारे उत्पन्न वर्षातून १०० कुटुंबे	५०/- × १०००	५०,०००
	एकूण उत्पन्न		**३५,८२,८००**

परिशिष्ट ६ : नफा-तोटा पत्रक (रुपये लाखात)

वर्ष	१	२	३	४	५	६	७	
स्थिर भांडवल	३७.००							
खेळते भांडवल	२२.३२	२२.३२	२२.३२	२२.३२	२२.३२	२२.३२	२२.३२	
एकूण खर्च	५९.३२	२२.३२	२२.३२	२२.३२	२२.३२	२२.३२	२२.३२	
उत्पन्न	३५.८३	३५.८३	३५.८३	३५.८३	३५.८३	३५.८३	३५.८३	
नफा	-२३.४९	१३.५१	१३.५१	१३.५१	१३.५१	१३.५१	१३.५१	
सवलत घटक (Discount Factor) १५%	०.८६९६	०.७५६१	०.६५७५	०.५७१८	०.४९७२	०.४३२३	०.३७५९	३.२९०८
सवलत खर्च (Discounted Cost)	१२५.०३							
सवलत उत्पन्न (Discounted Benefit)	१४९.०७							
आजचे निव्वळ मूल्य (NPW)	२४.०४							
उत्पन्न व खर्च गुणोत्तर (BC Ratio)	१.१९:१							
सवलत घटक ६०%	०.६२५	०.३९०६	०.२४४१	०.१५२६	०.०९५४	०.०५९६	०.०३७३	०.९७९६
सवलत खर्च	५८.९३							
सवलत उत्पन्न	५७.४९							
आजचे निव्वळ मूल्य (NPW)	-१.४४							
आयआरआर	५०% पेक्षा जास्त							

कृषी पर्यटनाचा हा प्रकल्प आर्थिकदृष्ट्या सबल आहे.

कर्ज परतफेड

रुपये लाखात

वर्ष	निव्वळ उत्पन्न	कर्ज	कर्ज हप्ता	व्याज	हप्ता + व्याज	शिल्लक रक्कम
१	१३.५१	३०.००	५.००	३.९०	३.९०	९.६१
२	१३.५१	२५.००	५.००	३.९०	८.९०	४.६१
३	१३.५१	२०.००	५.००	३.२५	८.२५	५.२६
४	१३.५१	१५.००	५.००	२.६०	७.६०	५.९१
५	१३.५१	१०.००	५.००	१.९५	६.९५	६.५६
६	१३.५१	५.००	५.००	१.३०	६.३०	७.२१
७	१३.५१	०.००	५.००	०.६५	५.६५	७.८६

यशस्वी कृषी पर्यटन व्यवसायाची १० सूत्रे

१. आपण आपला वेळ, शक्तिक्षमता व बुद्धिमत्ता याबरोबरच आपल्या कुटुंबीयांच्या संपूर्ण सहकार्याचा योग्य वापर करावा.

२. संपूर्ण व्यवसाय हा योजनापूर्वक व नियोजनबद्ध आराखडा आहे.

३. कृषी पर्यटन हा व्यवसाय शेतीशी संबंधित असा लोकांशी सुसंवादावर आधारित आहे. त्यामुळे पर्यटकांशी संपर्कात असणारी व्यक्ती ही नम्र, सुस्वभावी, बोलघेवडी असावी.

४. कृषी पर्यटन व्यवसायामध्ये देण्यात येणाऱ्या सोयीसुविधांविषयी ठाम आणि विचारपूर्वक निर्णय घ्यावेत. त्यापूर्वी भविष्यात येणाऱ्या संभाव्य अडीअडचणींचाही विचार केलेला असावा.

५. सोयीसुविधांची आखणी व नियमावली ठरवतानाच काटेकोरपणा आवश्यक आहे.

६. छोट्या प्रमाणात सुरुवात करून येणाऱ्या पर्यटकांच्या मार्गदर्शक सूचनांचा अभ्यास करावा.

७. आपले लक्ष्य असलेले पर्यटक कोण आहेत, त्यांच्या अपेक्षा, मागणी यांचा अभ्यास करावा. त्यानुसार सोयींची आणि दरांची आखणी करावी.

८. मिळणाऱ्या उत्पन्नाचा व्यवस्थित अंदाज घेऊन त्यानुसार खर्च आणि वाटचाल अपेक्षित आहे.

९. पर्यटकांना आकर्षित करण्यासाठी योग्य त्या प्रकारच्या जाहिराती कराव्यात. त्यात शेती पाहणे, ग्रामीण जीवनशैली यांचा जरूर उल्लेख असावा.

१०. व्यवसायाची उभारणी करताना जोखीम कमीत कमी राहील, अशा प्रकारे नियोजन करावे.

❖❖❖

गांडूळ खत प्रकल्प

गांडुळे ही सेंद्रिय पदार्थांचे विघटन करून त्याचे कंपोस्ट खतात रूपांतर करतात. गांडुळांच्या पचनसंस्थेमध्ये असलेल्या सूक्ष्मजीवांमुळे हे सहज शक्य होते. कमी वेळेत उत्तम प्रतीचे कंपोस्ट खत तयार करण्याची पद्धत म्हणजे गांडूळ खत होय. हे खत पिकांच्या वाढीसाठी आवश्यक अशा अन्नद्रव्यांचा पुरवठा करतात. परिणामी जमिनीचा पोत सुधारतो, पाणी धारणक्षमता वाढते आणि जमिनीतील अन्नद्रव्य धारण करण्याची क्षमता वाढते. गांडूळ खत फळझाडे, फुले व भाजीपाला यांच्यासाठी अधिक फायदेशीर असून, त्यांची साठवणक्षमता वाढते.

उद्योजकतेसाठी संधी

गांडूळ प्रकल्पास व्यापारी दृष्टिकोनातून फार महत्त्व आहे. गांडूळ खतास मागणी आहे. मोठ्या प्रमाणात शेतीतील सेंद्रिय अवशेष व शेणखत उपलब्ध आहेत, अशा ठिकाणी गांडूळ प्रकल्प तयार करणे सोपे जाते. याचे कारण शेतीतील अवशेष व शेणखत हे जवळजवळ शून्य किमतीत किंवा अल्प किमतीत उपलब्ध असतात. गांडूळ खतापासून चांगले उत्पन्न मिळू शकते. ग्रामीण भागात ग्रामपंचायत स्तरावर गांडूळ प्रकल्प उभा राहू शकतो. त्याचप्रमाणे महिला बचत गटसुद्धा मोठ्या प्रमाणात असे प्रकल्प उभा करून चांगल्या प्रकारे उत्पन्न मिळवू शकतात. मध्यम व मोठे दुग्ध व्यवसाय करणाऱ्यांनी गांडूळ प्रकल्प उभा केल्यास अतिरिक्त उत्पन्न मिळू शकते.

तांत्रिक बाबी

गांडूळ खताच्या निर्मितीसाठी ३०° सेल्सिअस तापमान पोषक ठरते. गांडुळांचे खाद्य म्हणून प्रामुख्याने सेंद्रिय पदार्थ म्हणजेच पिकांचे अवशेष, पालापाचोळा व शेण आवश्यक आहे. वनस्पतींचे अवशेष, पालापाचोळा व शेण या सेंद्रिय पदार्थांचे एकावर एक थर देऊन पुरेसा ओलावा ठेवला जातो. या खड्ड्यांमध्ये गांडुळे सोडली जातात. हे वाफे सामान्यतः १५ मीटर लांब, दीड मीटर रुंद व अर्धा मीटर उंचीचे असावेत. वाफ्याची रुंदी आणि उंची ही बदलू नये, गरजेनुसार वाफ्याची लांबी कमीअधिक करता येते. दर मीटर वाफ्यासाठी ३५० गांडुळे आवश्यक असतात. हे गांडूळ सेंद्रिय पदार्थ खाऊन त्याचे खतामध्ये रूपांतर करतात. गांडुळांची विष्ठा हेच गांडूळ खत होय. एक गांडूळ त्याच्या वयाच्या सहाव्या आठवड्यांनंतर दर सात ते दहा दिवसांनी अंडीपुंज देतात. एका पुंजामधून तीन ते सात गांडुळे बाहेर पडतात. एका गांडुळाचे आयुष्य साधारणपणे दोन वर्षांचे असते.

गांडूळखत निर्मिती प्रकल्पातील आवश्यक घटक

व्यापारी दृष्टिकोनातून गांडूळ खतांच्या निर्मितीचा व्यवसाय करण्यासाठी पुढील बाबी आवश्यक असतात :

१. **कच्चा माल :** गाय - म्हैस यांचे शेण, पिकांचे सेंद्रिय अवशेष व पालापाचोळा मोठ्या प्रमाणात उपलब्ध असावा किंवा तो कमी खर्चामध्ये उपलब्ध करणे शक्य असावे.

२. **शेड, बांधकाम व खतासाठी वाफे :** सहा ते आठ वाफ्यांसाठी अर्धा एकर क्षेत्र आवश्यक असते. जमीन ही पाण्याचा निचरा होणारी असावी. वाफ्याचा आकार १५ मीटर लांब × १.५ मीटर रुंद × ०.५ मीटर ऊंच राहील अशा प्रकारे वाफ्याचे बांधकाम करून घ्यावे. शक्यतो जमिनीच्या वर चारही बाजूंनी विटांचे बांधकाम करावे. या वाफ्याच्या आकारापेक्षा चहूबाजूने थोड्या अधिक अंतराचे शेड किंवा आच्छादन करून घ्यावे. हे शेड उपलब्ध घटकांपासून शक्य तितक्या कमी खर्चात बनवणे आवश्यक आहे.

३. **पाणी :** वाफ्यामध्ये ५० टक्के ओलावा ठेवावा लागतो. शेडजवळ पाण्याची सोय असावी.

४. **गांडुळे :** सुरुवातीला योग्य जातींची गांडुळे आवश्यक असतात. प्रति घनमीटरसाठी एक किलो गांडुळे लागतात. गांडुळांचे पुनरुत्पादन जलद होत असले तरी आवश्यक तेवढी गांडुळे तयार होण्यासाठी सहा महिन्यांचा कालावधी लागतो.

५. **साहित्य :** वाफे तयार करणे, माती आणणे, खत उचलणे, पाणीपुरवठा, पॅकिंग करणे यासाठी आवश्यक साहित्य असावे.

६. **वाहतूक :** कच्चा माल आणणे व खताच्या विक्रीसाठी आवश्यत वाहतुकीची व्यवस्था असावी.

७. **मजूर :** कुशल व अकुशल या दोन्ही प्रकारच्या मजुरांची आवश्यकता असते.

आर्थिक बाबी

१. शेड बांधकाम खर्च
२. वाफे तयार करण्याचा खर्च
३. कच्चा माल खर्च
४. वाहतूक खर्च
५. मजुरी खर्च
६. गांडूळ खरेदी खर्च
७. पाणी व वीज खर्च
८. साहित्य खरेदी खर्च

तांत्रिक-आर्थिक मानदंड

१. शेड निर्मिती खर्च, वाफे तयार करणे : रु. ८,७२,५०० (कोष्टक १)
२. साहित्य खरेदीचा खर्च : रु. २,१३,६०० (कोष्टक १)
३. खत तयार होण्याचा कालावधी : ६५ ते ७९ दिवस
४. वर्षातून किती वेळा : पाच-सहा वेळा
५. मजूर खर्च : कुशल मजूर : दोन (अल्पकालीन), अकुशल मजूर : २६० मानव दिवस

६. गांडूळ : एक किलो (दर घनमीटरसाठी)
७. गांडूळ खरेदी दर : रु. ३०० प्रति किलो
८. ३२४ घनमीटरसाठी गांडुळांचा खर्च : रु.९७,२००
९. वाफ्याचा आकार : १५ मीटर (लांबी) × १.५ मीटर (रुंदी) × ०.५ मीटर (उंची)
एकूण वाफ्यांची संख्या : २४
१०. वार्षिक उत्पादन : २०० टन गांडूळखत
११. कच्चा माल : रु. ३२० प्रति घनमीटर

परिशिष्ट १ : भांडवल खर्च

क्र.	बाबी	किंमत रु.
स्थिर भांडवल		
१	गांडूळ खतासाठी (बेड) वाफे (एकूण २४ वाफे) १५ मीटर (लांबी) × १.५ मीटर (रुंदी) × ०.५ मीटर (उंची) वाफ्यासाठी शेड	५,६०,०००
२	जमीन सपाटीकरण व कंपाउंड	३२,५००
३	गांडूळ खत साठवण्यासाठी शेड : ३० चौमी	३०,०००
४	गोडाऊन / ऑफिस : ५० चौमी रु. ५०००/- दर चौमी	२,५०,०००
	एकूण	**८,७२,५००**
साहित्य		
१	खोरे, पाट्या, बांबूच्या टोपल्या, चाळण्या वगैरे	३१,५००
२	चाळणी मशीन	४५,०००
३	वजनकाटे, पॅकिंग मशीन	२७,१००
४	बोअरवेल, पंप, पाईपलाइन, ठिबक सिंचन	७५,०००
५	वीज पुरवठा	१०,०००
६	ऑफीस फर्निचर	२५,०००
	एकूण	**२,१३,६००**
गांडूळ १ किग्रॅ		
	प्रत्येक घनमीटरसाठी : रु. ३००/- दर किग्रॅ असे ३२४ घनमीटरसाठी	९७,२००
	एकूण	**११,८३,३००**

परिशिष्ट २ : खेळते भांडवल (वर्ष १) : वाफ्याचा आकार ३२४ घनमीटर

क्र.	बाबी	किंमत (रु.)
१	शेतीतील अवशेष, पालापाचोळा : वाहतुकीसह रु. ३२०/- किग्रॅ / घनमीटर	५१,८४०
२	शेण (किंमत, वाहतूक)	१६,२००
३	मजुरी : दोन मजूर प्रत्येकी ६०००/- रुपये दरमहा	१२,०००
४	अकुशल मजूर (आवश्यकतेनुसार) २५० मानव दिवस रु. २००/- / मानव दिवस	५०,०००
५	वीज खर्च	१२,०००
६	दुरुस्ती व देखभाल	३०,०००
७	पॅकिंग व मार्केटिंग खर्च	१५,०००
८	जागेचे भाडे वगैरे	३०,०००
		१,८६,०४०

परिशिष्ट ३ : खेळते भांडवल : वाफ्याचा आकार ३२४ घनमीटर

क्र.	बाबी	किंमत (रु.)	किंमत (रु.)
		पहिल्या वर्षी	दुसऱ्या वर्षापासून पुढे
१	शेतीतील अवशेष, पालापाचोळा : वाहतुकीसह रु. ३२०/- किग्रॅ / घनमीटर	५१,८४०	१,०३,६८०
२	शेण (किंमत, वाहतूक)	१६,२००	३२,४००
३	मजुरी : दोन मजूर प्रत्येकी ६०००/- रुपये दरमहा	६,०००	१२,०००
४	अकुशल मजूर (आवश्यकतेनुसार) २५० मानव दिवस रु. २००/- / मानव दिवस	२५,०००	५०,०००
५	वीज खर्च	१२,०००	२४,०००
६	दुरुस्ती व देखभाल	३०,०००	६०,०००
७	पॅकिंग व मार्केटिंग खर्च	१५,०००	३०,०००
८	जागेचे भाडे वगैरे	३०,०००	३०,०००
		१,८६,०४०	**३,४२,०८०**

परिशिष्ट ४ : खर्च व उत्पन्न

क्र.	बाबी	किंमत (रु.)	किंमत (रु.)
		पहिले वर्ष	दुसरे वर्ष व पुढे
खर्च			
१	स्थिर भांडवल	११,८३,३००	
२	खेळते भांडवल	१,८६,०४०	३,४२,०८०
	एकूण	**१३,६९,३४०**	**३,४२,०८०**
उत्पन्न			
१	गांडूळ खत (२०० टन रु. ४५००/- प्रत्येक टनाला) ६०% पहिले वर्ष, ९०% दुसऱ्या वर्षांनंतर	४,०५,०००	८,१०,०००
२	गांडूळ विक्री (५ किग्रॅ दर टन रु. २००/- किग्रॅ)	९०,०००	१,८०,०००
	एकूण उत्पन्न	**४,९५,०००**	**९,९०,०००**
	निव्वळ उत्पन्न	**-८,७४,३४०**	**६,४७,९२०**

टीप :

१. पहिल्या वर्षी स्थिर भांडवल रु. १,१८,३३० असल्यामुळे या प्रकल्पात नुकसान रु. ८,७४,३४० दिसत आहे. पण प्रत्यक्ष पहिल्या वर्षी निव्वळ उत्पन्न रु. ४,५६,५४८, त्यानंतर दुसऱ्या वर्षापासून निव्वळ उत्पन्न हे रु. ६,४७,९२० इतके आहे. यामुळे पहिल्या वर्षी हप्ता नाही. पहिल्या वर्षी फक्त व्याज भरायचे आहे.

२. गांडूळ प्रकल्प सुरू करताना जे गांडूळ खरेदी करावे लागतात, ते गांडूळ संवर्धन करण्याच्या ठिकाणाहून खरेदी करावे लागतात. त्यामुळे खरेदी किंमत ही रु. ३०० दाखवली आहे. मात्र, प्रकल्पातून निर्माण होणाऱ्या अतिरिक्त गांडुळांच्या विक्रीची किंमत ही रु. २०० गृहीत धरली आहे.

सवलत घटक १५%	**रुपये**
सवलत खर्च १५%	२८,९३,५३८
सवलत उत्पन्न १५%	३६,५५,६५४
निव्वळ आजची किंमत	७,६२,११६
नफा खर्च यांचे गुणोत्तर	१.२३:१
आयआयआर	३४%

परिशिष्ट ५ : कर्ज परतफेड

वर्ष	कर्ज रक्कम (रुपये)	उत्पन्न (रुपये)	कर्ज हप्ता (रुपये)	व्याज (रुपये)	कर्ज व व्याज (रु.)	निव्वळ शिल्लक (रु.)
१	१०,२२,५००	४,५६,५८४	७५,०००	१,२२,७००	१,९७,७००	२,५८,८८४
२	९,३७,५००	६,४७,९२०	१,६०,०००	१,१२,५००	२,७२,५००	३,७५,४२०
३	७,७७,५००	६,४७,९२०	१,८०,०००	९३,३००	२,७३,३००	३,७४,६२०
४	५,९७,५००	६,४७,९२०	२,००,०००	७१,७००	२,७१,७००	३,७६,२२०
५	३,९७,५००	६,४७,९२०	२,२०,०००	४७,७००	२,६७,७००	३,८०,२२०
६	१,७७,५००	६,४७,९२०	१,७७,५००	२१,३००	१,९८,८००	४,४९,१२०

प्रकल्प रक्कम (रु.)	१३,५०,०००
स्थिर भांडवल (रु.)	११,८३,३००
खेळते भांडवल चार महिन्यांच्या खर्चाचे (रु.)	१,६६,७००
कर्ज रक्कम (रु.)	१०,१२,५००
स्वत:चे भांडवल (रु.)	३,३७,५००
व्याज दर (दर साल)	१२%

❖❖❖

गोड्या पाण्यातील मत्स्यपालन

मानवी आहारामध्ये मत्स्याहार हा तुलनेने स्वस्त व पचण्यास सुलभ असा प्रथिनयुक्त आहार ठरतो. गोड्या पाण्यातील मत्स्य उत्पादनाचे प्रमाण हे दिवसेंदिवस कमी होत आहे. शास्त्रीयदृष्ट्या गोड्या पाण्यातील मत्स्य उत्पादन करणे शक्य असून, त्यासाठी विविध प्रयोग करण्यात आले. कृत्रिमरीत्या पाण्याचा साठा करून त्यात मत्स्यपालन हा उत्तम व्यवयास ठरतो. शेतकऱ्यांना शेतीसह मत्स्यपालन हा पूरक व्यवसाय होऊ शकतो. या उद्योगामध्ये ग्रामीण भागामध्ये रोजगाराच्या अनेक संधी उपलब्ध होऊ शकतात.

कृत्रिमरीत्या मत्स्यपालनासाठी कायम स्वरूपाच्या पाण्याची सोय असणे आवश्यक आहे. पाण्याचा साठा (कृत्रिम तलाव किंवा शेततळे) करून त्यात माशांची पिल्ले सोडून त्यांची वाढ करता येते. योग्य प्रकारे खाद्य व्यवस्थापन केल्यास भरपूर मासे उत्पादन मिळवता येते. यासाठी पाण्याचा साठा साधारणपणे दोन मीटर खोल असणे आवश्यक आहे. सामान्यपणे रोहू, कटला व मृगल या जातीच्या माशांचे उत्पादन कृत्रिम तलावामध्ये घेतले जाते. यांचे बीज किंवा पिल्ले ही शासनामार्फत व खासगी स्वरूपात उपलब्ध होतात. रोहू, कटला व मृगल या जातींना बाजारात चांगली मागणी असून, हा व्यवसाय शेतकऱ्यांना फायदेशीर ठरत आहे.

नमुना प्रकल्प

प्रकल्पाचे क्षेत्र : एक हेक्टर क्षेत्रात तळे

अ) तांत्रिक बाबी

- तळ्यासाठी जागानिवड
- पाणी, वीज, खत (रासायनिक व सेंद्रिय), मजूर यांची उपलब्धता
- यंत्रे व साहित्य यांची आवश्यकता व उपलब्धता
- तळ्याचे व्यवस्थापन : पाण्याचा साठा, पाणी तपासणी, सामू नियंत्रण, खताचे प्रमाण इत्यादी
- मत्स्यबीज पुरवठा
- सेंद्रिय खत पुरवठा
- मासे विक्री, वाहतूक व्यवस्था

ब) आर्थिक बाबी

१. खर्चाच्या बाबी

- पाणी व वीज यावरील खर्च
- मत्स्यबीज व वाहतूक यांचा खर्च
- खत (रासायनिक व सेंद्रिय) यावरील खर्च
- यंत्रे व साहित्य यावरील खर्च
- विमा खर्च
- मजुरी खर्च

२. **उत्पन्न :** मासे विक्रीतून मिळणारे उत्पन्न.

३. प्रकल्प खर्च व बँक कर्ज

- प्रकल्पाचा एकूण खर्च
- कर्ज रक्कम
- स्वत:चे भांडवल
- बँक व्याज दर
- परतफेडीचा कालावधी
- खर्च व उत्पन्न यांचे गुणोत्तर, आयआरआर याद्वारे प्रकल्पाचे मूल्यमापन

अ) प्रकल्पाच्या तांत्रिक बाबी

- **मत्स्यपालनाच्या शास्त्रीय बाबी**
  १. एक हेक्टर क्षेत्रातील तळ्यातील माशांची संख्या : ५०००
  २. मत्स्यबीज आकार : १० सेंमी
  ३. सर्वसाधारणपणे तीन प्रकारच्या माशांच्या प्रजाती आवश्यक : रोहू, कटला व मृगल
  ४. विक्रीच्या वेळी आवश्यक वजन (कालावधी - एक वर्षानंतर) : ७५० ग्रॅम ते १.२५ किग्रॅ
  ५. पाण्याचा सामू अल्कलाईन असावा.
- **मत्स्यपालनासाठी तळे**
  १. ज्या जमिनीत तळे खोदावयाचे तेथील माती ही पाण्याचा निचरा न होणारी काळी चिकण असावी. त्या जमिनीमध्ये पाणी धरून ठेवण्याची क्षमता असावी. ही जागा पूरक्षेत्रामध्ये येणारी नसावी. एक हेक्टर क्षेत्र तळ्याची खोली तीन मीटर असावी.
  २. तळे खोदल्यानंतर पाणी आत येण्यासाठी व पाणी बाहेर जाण्यासाठी बांधकाम करणे आवश्यक आहे.
  ३. पाणी परीक्षणानंतर पाण्याचा / मातीचा सामू तपासावा. तो आम्लधर्मी असल्यास त्यात चुना मिसळून आवश्यकतेइतका अल्कलाईन करून घेता येतो.
  ४. चुना टाकल्यानंतर तीन दिवसांनी सेंद्रिय खत टाकणे आवश्यक आहे. (जनावरांचे शेण ५००० कि.ग्रॅ प्रति हेक्टर या प्रमाणात), नंतर दरमहा १००० किग्रॅ प्रति हेक्टर याप्रमाणे एकूण शेणखत १५ टन आवश्यक असते.

५. त्यानंतर १५ दिवसांनी रासायनिक खताच्या मात्रा (नत्र व स्फुरद) दरमहा द्याव्यात. त्याचे प्रमाण जमिनीच्या प्रतीनुसार ठरवावे. (नत्रासाठी - अमोनिअम सल्फेट ७० ते १४० किग्रॅ प्रति हेक्टर किंवा युरिया ३० ते ६० किग्रॅ प्रति हेक्टर, स्फुरदासाठी सिंगल सुपर फॉस्फेट ४० ते ७० किग्रॅ प्रति हेक्टर किंवा ट्रिपल सुपर फॉस्फेट १५ ते ३० किग्रॅ प्रति हेक्टर या प्रमाणात)

६. मत्स्यबीज : ५००० मत्स्यबीज एका हेक्टर तळ्यासाठी आवश्यक आहेत. रासायनिक खताची मात्रा दिल्यानंतर १५ दिवसांनी मत्स्यबीजे सोडावीत.

तांत्रिक व आर्थिक मानदंड

- तळे खोदाईचा खर्च : १०, ००० चौमी क्षेत्रासाठी — रु. २० प्रति घनमीटर
- पाणी आत घेण्यासाठी व बाहेर जाण्यासाठी लागणारे बांधकाम खर्च — रु. २०,०००
- चुना खर्च : रु. ५ प्रति किलो — रु. ५००
- शेणखत : १५ टन — रु. ५०० प्रति टन
- युरिया : ३३० किग्रॅ — रु. ५ प्रति किग्रॅ
- ट्रिपल सुपर फॉस्फेट : १६५ किग्रॅ — रु. ५ प्रति किग्रॅ
- मोहरी पेंड : १३५० किग्रॅ — रु. १० प्रति किग्रॅ
- भात कोंडा : १३५० किग्रॅ — रु. ५ प्रति किग्रॅ
- मत्स्यबीज संख्या : ५००० — रु. ५०० प्रति १००० बीज
- विमा दर : — ४%
- मत्स्य विक्री : एक वर्षानंतर एका माशाचे वजन ७५० ग्रॅम ते १.२५ किग्रॅ
- मासे उत्पादन : ३ टन — रु. ५० प्रति किग्रॅ
- बँक कर्ज परतफेडीचा कालावधी : — ७ वर्षे, पहिल्या वर्षी हप्ता नाही.
- बँक कर्ज व्याज दर : — १२% प्रति वर्ष
- बँक कर्ज : प्रकल्प खर्चाच्या (रु.२,६८,२२५) ७५% म्हणजे सुमारे रु. २,००,०००
- स्वत:चे भांडवल : प्रकल्प खर्चाच्या २५%, म्हणजे रु. ६८, २२५/-

परिशिष्ट १ : स्थिर व खेळते भांडवल, उत्पन्न

क्र.	प्रकल्पाच्या बाबी	दर (रुपये)	किंमत (रुपये)
१	**स्थिर भांडवल**		
	१. तळे खोदावायचा खर्च (क्षेत्र १०,००० चौमी)	२०/- प्रति चौमी	२,००,०००
	२. पाणी आत व बाहेर जाण्यासाठी बांधकाम खर्च		२०,०००
	३. साहित्य खर्च		१०,०००
	एकूण		**२,३०,०००**

क्र.	प्रकल्पाच्या बाबी	दर (रुपये)	किंमत (रुपये)
२	**खेळते भांडवल**		
	१. चुना : ५०० किग्रॅ	५ प्रति किग्रॅ	२,५००
	२. शेणखत : १५ टन	५०० प्रति टन	७,५००
	३. युरिया : ३३० किग्रॅ	५ प्रति किग्रॅ	१,६५०
	४. ट्रिपल सुपर फॉस्फेट : १६५ किग्रॅ	५ प्रति किग्रॅ.	८२५
	५. मोहरी पेंड : १३५० किग्रॅ	१० प्रति किग्रॅ.	१३,५००
	६. भाताचा कोंडा : १३५० किग्रॅ	५ प्रति किग्रॅ	६,७५०
	७. मत्स्य बीज : ५०००	५०० प्रति १००० साठी	२,५००
	८. विमा	४%	१,५००
	९. इतर आकस्मित खर्च		१,५००
	एकूण खेळते भांडवल		**३८,२२५**
	एकूण खर्च		**२,६८,२२५**
३	**उत्पन्न**		
	मत्स्य उत्पादन : ३००० किग्रॅ	रु. ५० प्रति किग्रॅ	१,५०,०००

परिशिष्ट २ : खर्च व उत्पन्न यांचा ताळेबंद

वर्ष	१	२	३	४	५	६	७	८
स्थिर भांडवल (रु.)	२,३०,०००							
खेळते भांडवल (रु.)	३८,२२५	३८,२२५	३८,२२५	३८,२२५	३८,२२५	३८,२२५	३८,२२५	३८,२२५
एकूण खर्च (रु.)	२,६८,२२५	३८,२२५	३८,२२५	३८,२२५	३८,२२५	३८,२२५	३८,२२५	३८,२२५
उत्पन्न (रु.)	०	१,५०,०००	१,५०,०००	१,५०,०००	१,५०,०००	१,५०,०००	१,५०,०००	१,५०,०००
निव्वळ उत्पन्न (रु.)	–२,६८,२२५	१,११,७७५	१,११,७७५	१,११,७७५	१,११,७७५	१,११,७७५	१,११,७७५	१,११,७७५

	वर्ष : १	वर्ष : २ ते ८	एकूण
सवलत घटक १५%	०.८६९६	३.६१७७	
सवलत खर्च (रु.)	२,३३,२४८	१,३८,२८६	३,७१,५३४
सवलत उत्पन्न (रु.)	०	५,४२,६५५	५,४२,६५५
आजचे निव्वळ मूल्य (रु.)			१,७१,१२१
खर्च व उत्पन्न गुणोत्तर	१.४६:१		
सवलत घटक ४०%	०.७१४३	१.६१६३	
सवलत खर्च (रु.)	१,९१,५९३	६१,७८३	२,५३,३७६
सवलत उत्पन्न (रु.)	०	२,४२,४४५	२,४२,४४५
आजचे निव्वळ मूल्य (रु.)			–१०,९३१
आयआयआर	३८.५०%		

खर्च व उत्पन्न गुणोत्तर १.४६:१ व आयआरआर ३८.५%
यामुळे हा प्रकल्प आर्थिकदृष्ट्या सबल आहे.

परिशिष्ट ३ : कर्जाची परतफेड

वर्ष	निव्वळ उत्पन्न (रु.)	कर्ज (रु.)	कर्ज हप्ता (रु.)	व्याज (रु.)	हप्ता + व्याज (रु.)	निव्वळ शिल्लक (रु.)
१	०	२,००,०००	०	२४,०००	०	०
२	१,११,७७५	२,००,०००	२८,५००	२४,०००	७६,५००	३५,२७५
३	१,११,७७५	१,७१,५००	२८,५००	२०,५८०	४९,०८०	६२,६९५
४	१,११,७७५	१,४३,०००	२८,५००	१७,१६०	४५,६६०	६६,११५
५	१,११,७७५	१,१४,५००	२८,५००	१३,७४०	४२,२४०	६९,५३५
६	१,११,७७५	८६,०००	२८,५००	१०,३२०	३८,८२०	७२,९५५
७	१,११,७७५	५७,५००	२८,५००	६,९००	३५,४००	७६,३७५
८	१,११,७७५	२९,०००	२९,०००	३,४८०	३२,४८०	७९,२९५

❖❖❖

हरितगृह (पॉलीहाउस)

हरितगृह किंवा पॉलीहाउस शेती हा संरक्षित शेतीचा एक प्रकार असून, त्याद्वारे उत्तम दर्जाच्या शेतमालाचे उत्पादन घेणे शक्य होते. त्यातून बिगरहंगामी फळे, भाजीपाला व फुले यांचे उत्पादन शक्य होते. हरितगृहामध्ये कमी क्षेत्रामध्ये पिकाच्या वाढीसाठी अत्यंत पोषक असे वातावरण तयार केले जाते. परिणामी, अधिक उत्पादन आणि नफा मिळवणे शक्य होते. अलीकडे अनेक शेतकरी हरितगृहातील शेतीसाठी पुढे येत आहेत. मात्र, यासाठी होणारा प्रारंभिक खर्च अधिक असल्याने बँकेकडे वा वित्तीय संस्थेकडे जाणे क्रमप्राप्त ठरते. यासाठी शासनातर्फे प्रोत्साहन स्वरूपात अनुदानही देय आहे.

हरितगृह उभारणीसोबतच आधुनिक शेतीच्या दृष्टीने अंतर्गत बाबी– उदाहरणार्थ, ठिबक सिंचन व्यवस्था, स्वयंचलित खत पुरवठा यंत्रणा, लागवडीसाठी निवडलेल्या पिकाच्या रोपांचा खर्च, व्यवस्थापन यांचाही विचार केला पाहिजे. यासाठी आवश्यक भांडवलाची उभारणी करणे क्रमप्राप्त ठरते. त्यासाठी आवश्यक एकूण खर्च व त्यातून मिळणारे उत्पन्न यांचा विचार करून सर्वंकष असा प्रकल्प सादर करावा लागतो.

हरितगृहाचे फायदे

१. हरितगृहाचा प्रकार, पिकाचा प्रकार व हरितगृहामध्ये वातावरण नियंत्रणासाठीच्या व्यवस्था अशा अनेक घटकांवर त्यात घेतल्या जाणाऱ्या पिकाचे उत्पादन अवलंबून असते. पारंपरिक शेतीच्या तुलनेमध्ये उत्पादनात दुपटीपेक्षा अधिक वाढ शक्य असते.

२. उत्तम दर्जा आणि एकसारखे उत्पादन मिळत असल्यामुळे फुले व भाजीपाला या पिकांसाठी हरितगृह विशेष फायदेशीर ठरते.

३. हरितगृहातून हंगामी, बिगरहंगामी अशी वर्षभर भाजीपाला, फुले व फळे यांचे उत्पादन घेऊ शकतो.

४. कार्यक्षम सिंचनासाठी अत्याधुनिक पद्धतींचा वापर केला जातो. परिणामी, खत आणि पाणी यामध्ये बचत होते.

५. हवामानातील अनेक घटकांना मर्यादित ठेवणे शक्य असल्याने पिकाचे व्यवस्थापन अत्यंत काळजीपूर्वक करता येते.

६. कमी क्षेत्रात अधिक उत्पादन मिळू शकते.

नमुना प्रकल्प

तांत्रिक बाबी	आर्थिक बाबी
जागा, क्षेत्र	जमीन समपातळीसाठीचा खर्च
हरितगृहाचा प्रकार	हरितगृह बांधकाम व उभारणीचा खर्च
ठिबक सिंचन व्यवस्था	ठिबक सिंचनाचा खर्च
मातीचा प्रकार	वाफ्यात माती आणणे व भरणे याचा खर्च
माती व पाणी तपासणी	माती व पाणी तपासणी खर्च
पिकांची व त्यांच्या जातीची निवड	शासन अनुदान
फुले, फळे व भाजीपाला - रोपे व बियाणे	बी-बियाणांचा खर्च
पाणी व वीज उपलब्धता	पाणी व वीज यावरील खर्च
मजूर उपलब्धता	मजुरीवरील खर्च
औषधे व खते यांची उपलब्धता	औषधे व खतांवरील खर्च
पॅकिंग व वाहतूक	पॅकिंग व वाहतूक यावरील खर्च
शेतमाल विक्री	फळे, फुले व भाजीपाला यांचा विक्री दर
विमा	हरितगृह व ठिबक सिंचन यांचा विमा खर्च
व्यवस्थापन	बँकेचे कर्ज
स्वत:ची क्षमता	व्याज दर
हरितगृहाविषयी प्रशिक्षण	उत्पन्न व खर्च यांचे गुणोत्तर व आयआरआर
हरितगृहातील पीक लागवडीचा अनुभव	कर्ज परतफेड
स्वत:चे भांडवल	

हरितगृह प्रकल्पाविषयी

- हरितगृहाचे क्षेत्र : १०,००० चौ.फू.
- स्थिर भांडवलामध्ये हरितगृह, ठिबक सिंचन, पूर्व मशागत व पहिल्या वर्षाचे पीक कर्ज यांचा समावेश.
- स्थिर भांडवलामध्ये पहिल्या वर्षाच्या रोपांच्या किमतीचाही समावेश
- या प्रकल्पात तीन पिकांचा समावेश : काकडी, चवळी व टोमॅटो
- हरितगृह व ठिबक सिंचनासाठी अनुदान मिळते.
- कर्जाची परतफेड सात वर्षांमध्ये (पहिल्या वर्षी हप्ता नाही, फक्त व्याज भरवायचे आहे.)

परिशिष्ट १ :भांडवल –स्थिर भांडवल व खेळते भांडवल

क्र.	बाबी	दर (रु.)	एकक	किंमत (रु.)	संदर्भ
१	पॉलिहाउस : १००० चौमी	१०४०	दर चौमी	१०,४०,०००	कोटेशन**
२	ठिबक सिंचन	१५०	दर चौमी	१,५०,०००	कोटेशन**
३	रोपांची किंमत			२०,०००	कोटेशन
४	पूर्व मशागत			५०,०००	कोटेशन
५	पहिल्या वर्षाचे पीक कर्ज			९०,०००	परिशिष्ट २
	एकूण			**१३,५०,०००**	

परिशिष्ट १अ : स्थिर भांडवल**

क्र.	बाबी	किंमत (रुपये)
१	जमीन सुधारणा	६०,०००
२	पॉलीहाउस पाया	५०,०००
३	पॉलीहाउस बांधकाम	७,५०,०००
४	पाणीपुरवठा	६५,०००
५	ठिबक सिंचन	८५,०००
६	कंपाउंड	४०,०००
७	स्टोअर रूम	३०,०००
८	वजनकाटा	२०,०००
९	वेलीसाठी ताण व रस्सी	३०,०००
१०	अकस्मात खर्च	६०,०००
	एकूण	**११,९०,०००**
	पूर्व मशागत	५०,०००
	रोपांची किंमत	२०,०००
	पहिल्या वर्षाचे पीक कर्ज	९०,०००
	एकूण	**१३,५०,०००**

परिशिष्ट २ : खेळते भांडवल

क्र.	बाबी	काकडी	चवळी	टोमॅटो	एकूण १ ते ७ वर्षे
१	रोपांची किंमत (रु.)	१३,५००	२,०००	४,५००	२०,०००
२	खते (रु.)	८,०००	५,०००	१०,०००	२३,०००
३	कीडनाशक फवारणी (रु.)	१,०००	१,०००	२,०००	४,०००
४	पॅकिंग खर्च (रु.)	०	०	१,०००	१,०००
५	वाहतूक खर्च (रु.)	२,०००	१,०००	२,०००	५,०००
६	वीज खर्च (रु.)	२,०००	२,०००	२,०००	६,०००
७	मजुरी (रु.)	१०,०००	८,०००	१०,०००	२८,०००
८	विमा प्रीमियम २%				२३,०००
		३६,५००	**१९,०००**	**३१,५००**	**१,१०,०००**

परिशिष्ट ३ : उत्पन्न (१ ते ७ वर्ष)

क्र.	बाबी	काकडी	चवळी	टोमॅटो	एकूण
१	रोपांची संख्या	२,३००	२,२००	२,५००	
२	उत्पादन (किग्रॅ)	५,४००	८००	६,१२५	
३	दर : प्रति किग्रॅ	३५	४५	४०	
४	विक्रीमधून उत्पन्न	१,८९,०००	३६,०००	२,४५,०००	**४,७०,०००**

परिशिष्ट ४ : उत्पन्न व खर्च ताळेबंद

क्र.	बाबी / वर्ष	१	२	३	४	५	६	७	संदर्भ
१	उत्पन्न (रु.)	४,७०,०००	४,७०,०००	४,७०,०००	४,७०,०००	४,७०,०००	४,७०,०००	४,७०,०००	परिशिष्ट ३
२	खेळते भांडवल (रु.)	९०,०००	१,१०,०००	१,१०,०००	१,१०,०००	१,१०,०००	१,१०,०००	१,१०,०००	परिशिष्ट ४
३	निव्वळ उत्पन्न (रु.)	३,८०,०००	३,६०,०००	३,६०,०००	३,६०,०००	३,६०,०००	३,६०,०००	३,६०,०००	

परिशिष्ट ५ : कर्ज व अनुदान

स्थिरभांडवल (रु.)	सबसिडी (रु.)	स्वतःचे भांडवल (रु.)	कर्ज रक्कम(रु.)
१०,४०,०००	४,२२,०००	१८,०००	६,००,०००
१,५०,०००	७५,०००	५,०००	७०,०००
२०,०००	०	४,०००	१६,०००
५०,०००	०	८,०००	४२,०००
९०,०००	०	१८,०००	७२,०००
१३,५०,०००	४,९७,०००	५३,०००	८,००,०००

परिशिष्ट ६ : कर्ज परतफेड

क्र.	उत्पन्न (रु.)	कर्ज (रु.)	कर्ज हप्ता (रु.)	व्याज (रु.) ११%	कर्ज हप्ता+ व्याज (रु.)	शिल्लक रक्कम (रु.)
१	३,८०,०००	८,००,०००	०	८८,०००	८८,०००	२,९२,०००
२	३,६०,०००	६,६५,०००	१,३५,०००	८८,०००	२,२३,०००	१,३७,०००
३	३,६०,०००	५,३०,०००	१,३५,०००	७३,१५०	२,०८,१५०	१,५१,८५०
४	३,६०,०००	३,९५,०००	१,३५,०००	५८,३००	१,९३,३००	१,६६,७००
५	३,६०,०००	२,६०,०००	१,३५,०००	४३,४५०	१,७८,४५०	१,८१,५५०
६	३,६०,०००	१,२५,०००	१,३५,०००	२८,६००	१,६३,६००	१,९६,४००
७	३,६०,०००	०	१,२५,०००	१३,७५०	१,३८,७५०	२,२१,२५०

परिशिष्ट ७ : उत्पन्न व खर्च यांचे गुणोत्तर व आयआरआर

क्र.	बाबी/ वर्ष	१	२	३	४	५	६	७
१	स्थिर भांडवल (रु.)	१३,५०,०००						
२	खेळते भांडवल (रु.)	९०,०००	१,१०,०००	१,१०,०००	१,१०,०००	१,१०,०००	१,१०,०००	१,१०,०००
३	एकूण खर्च (रु.)	१४,४०,०००	१,१०,०००	१,१०,०००	१,१०,०००	१,१०,०००	१,१०,०००	१,१०,०००
४	उत्पन्न (रु.)	४,७०,०००	४,७०,०००	४,७०,०००	४,७०,०००	४,७०,०००	४,७०,०००	४,७०,०००
५	निव्वळ उत्पन्न (रु.)	–९,१६,३७५	३,६०,०००	३,६०,०००	३,६०,०००	३,६०,०००	३,६०,०००	३,६०,०००

सवलत / सूट घटक १५%	०.८६९६	०.७५६१	०.६५७५	०.५७१८	०.४९७२	०.४३२३	०.३७५९
	वर्ष १	**वर्ष २ ते ७**	**एकूण**				
सवलत / सूट खर्च (रु.)	१२,५२,२२४	३,६१,९८८	१६,१४,२१२				
सवलत / सूट उत्पन्न (रु.)	४,०८,७१२	१५४६६७६	१९,५५,३८८				
निव्वळ उत्पन्न (रु.)			३,४१,१७६				
उत्पन्न व खर्च गुणोत्तर			१.२१:१				
सवलत / सूट घटक ३०%	०.७६९२	०.५९१७	०.४५५२	०.३५०१	०.२६९३	०.२०७२	०.१५९४
सवलत / सूट खर्च (रु.)	१,१०७,६४८	२,२३,६१९	१३,३१,२६७				
सवलत / सूट उत्पन्न (रु.)	३,६१,५२४	९,५५,४६३	१३,१६,९८७				
निव्वळ उत्पन्न (रु.)	–१४२८०		आयआरआर	२९.४%			

उत्पन्न व खर्च गुणोत्तर १.२१:१ व आयआरआर २९.४% यानुसार हा प्रकल्प आर्थिकदृष्ट्या सबल आहे.

❖❖❖

प्रकल्पासोबत बँकेस सादर करावयाची कागदपत्रे

१. कर्जदाराच्या बँक खात्याविषयीची कागदपत्रे जोडावीत.

- अर्जदाराचे फोटो ओळखपत्र व रहिवाशी दाखला (KYC) (पॅन कार्ड / आधार कार्ड / मतदार ओळखपत्र / पारपत्र / वाहन चालवण्याचे प्रमाणपत्र यांच्या स्व-साक्षांकीत छायाचित्र प्रती)
- ज्यांच्या नावावर कर्ज प्रकरण करणार आहोत, त्यांच्या नावाने बँकेमध्ये खाते असले पाहिजे (बचत खाते किवा चालू खाते). उदाहरणार्थ, वैयक्तिक किंवा संयुक्त नावावर खाते असल्यास बचत खाते; आणि फर्मच्या किंवा कंपनीच्या नावावर असल्यास चालू खाते गरजेचे आहे.
- फर्मच्या किवा कंपनीच्या नावावर कर्ज प्रकरण करावयाचे असल्यास फर्मच्या व कंपनीच्या स्थापनेविषयीची सर्व कागदपत्रे.

२. शेतीविषयीची कागदपत्रे

- खाते उतारा (८ अ)
- खाते उताऱ्यावरील सर्व सात-बाराचे उतारे
- चतुःसीमा : सर्व गटाच्या
- ६ ड (फेरफार) नोंदी
- सोसायटीचा दाखला (बँक इन्स्पेक्टरच्या सहीसह)
- तलाठी दाखला (सरकारी बाकी दर्शवणारा)
- कार्यक्षेत्रातील बँकेचे ना हरकत दाखले (NOC) (असा दाखला फॉर्म बँकेकडून मिळतो.)

३. प्रकल्पविषयी आवश्यक कागदपत्रे

- प्रकल्पामध्ये जी यंत्रे, उपकरणे आवश्यक आहेत, त्यांची कोटेशन
- इमारत / शेड बांधणार आहोत, त्याचे आराखडे व अंदाजपत्रक (प्लॅन व इस्टिमेट)
- इमारत / शेड बांधण्यासाठी आवश्यक बांधकाम परवानगी
- कृषीपूरक व्यवसायासंबंधी प्रशिक्षण घेतले असल्यास त्याबाबतचे प्रमाणपत्र
- कृषीपूरक व्यवसायासंबंधी अनुभव असल्यास त्याबाबतचे कागदपत्र
- व्यवसायासाठी आवश्यक असणारे परवाने (संबंधित खात्यांकडून)
- करारपद्धतीच्या व्यवसायामध्ये कराराबाबतचे पत्र ज्यामध्ये करारातील सर्व अटी नमूद केलेल्या असतात

- पाणी व वीज उपलब्धता याविषयी आवश्यक कागदपत्रे उदाहरणार्थ, वीजमंजुरीपत्र किवा वीज बिल, पाणी उपलब्धतेविषयी विहीर, बोअरवेल
- कुक्कुटपालन व दुग्ध व्यवसायामध्ये अंडी किवा दूध विक्री करणार या संबंधीची कागदपत्रे, आयकर विवरणपत्रे (मागील तीन वर्षांची) – (शेतीव्यतिरिक्त उत्पन्न आहे त्यांच्यासाठी)

४. कागदपत्राबाबत इतर बाबी

- बँक कर्ज मागणी अर्ज (अर्ज बँकेकडे मिळेल.)
- जमिनीचा बँकेच्या वकिलामार्फत सर्च घ्यावा लागतो.
- जमिनीचे गहाणखत करावे लागते.
- गहाणखताचा व बँकेच्या दस्तऐवजांचा खर्च करावा लागतो.
- बांधकाम इस्टिमेट बँकेच्या आर्किटेक्टकडून मंजूर करून घ्यावे लागते.
- जमिनीची कागदपत्रे, सात-बारा यावर बँक कर्ज रकमेचा बोजा नोंद करणे आवश्यक असते.
- करार पद्धतीत करार करणारी कंपनी, कर्जदार व बँक यांच्यात त्रिपक्षीय करार करावा लागतो.

❖❖❖

लेखक परिचय

अनिल शंकरराव महादार

B.Sc. (Agri.), CAIIB., Dip.in Computer Application in Banking

पत्ता : फ्लॅट क्र. ५, प्राची २, महागणेश कॉलनी,

पौड रोड, पुणे ४११ ०३८

मोबाईल : ८८०६० ०२०२२

Email: anilmahadar@gmail.com

कार्य परिचय

- कृषी अधिकारी म्हणून बँक ऑफ इंडिया येथे ३० वर्षे काम
- बँक ऑफ इंडियामधून सहाय्यक महाप्रबंधक या पदावरून सेवानिवृत्त
- सरकारमान्य शेती मूल्यांकनकर्ता (Govt. Approved Valuer for Agricultural Land)
- अभ्यागत व्याख्याता, सकाळ इंटरनॅशनल लर्निंग सेंटर, पुणे

www.ingramcontent.com/pod-product-compliance
Lightning Source LLC
LaVergne TN
LVHW082045051026
849532LV00011B/3481